ദീപ പ്രമോദ്

കണ്ണൂർ ജില്ലയിലെ പയ്യന്നൂർ ആണ് സ്വദേശം.
അച്ഛൻ നെല്ലൂർ നാരായണൻ നമ്പ്യാർ, അമ്മ കായല്ലൂർ തങ്കമണി.

മാത്തിൽ ഗവ: ഹൈസ്കൂൾ, പയ്യന്നൂർ ഗവ: വൊക്കേഷണൽ ഹയർ സെക്കൻഡറി സ്കൂൾ എന്നിവിടങ്ങളിൽ സ്കൂൾ വിദ്യാഭ്യാസം. കാലിക്കറ്റ് യൂണിവേഴ്സിറ്റിയിൽ നിന്നും കോമേഴ്സ് ബിരുദം, മധുരൈ കാമരാജ് യൂണിവേഴ്സിറ്റിയുടെ കീഴിലുള്ള ഡൽഹി ബിസിനസ്സ് സ്കൂളിൽ നിന്നും ബിസിനസ്സ് മാനേജ്മെന്റിൽ ബിരുദാനന്തര പഠനം. പതിനഞ്ചുവർഷമായി ദുബായിൽ കുടുംബത്തോടൊപ്പം പ്രവാസജീവിതം നയിക്കുന്നു.

ആനുകാലിക പ്രസിദ്ധീകരണങ്ങളിലും, നവമാധ്യമങ്ങളിലും, പത്രങ്ങളിലും സൃഷ്ടികൾ പ്രസിദ്ധീകരിച്ചു വരാറുണ്ട്. ഹൃദയമുദ്രകൾ, പ്രണയമുദ്രകൾ, മണ്ണായി മടങ്ങിയാലും മറവിയെടുക്കാത്തത് തുടങ്ങിയ കാവ്യസമാഹാരങ്ങളിലും, യുഎഇയിലെ വിവിധ കലാ സാംസ്ക്കാരിക സംഘടനകളുടെയും വാർഷിക സ്മരണികകളിലും കവിതകൾ പ്രസിദ്ധീകരിച്ചു വന്നിട്ടുണ്ട്.

'നിലാപ്പൂക്കൾ' എന്ന സംഗീത ആൽബത്തിനായി ഗാനം രചിച്ചിട്ടുണ്ട്. 'വൺഡേ', 'ഞണ്ട്' തുടങ്ങിയ ഹ്രസ്വചിത്രങ്ങളിലും, 'എന്നും', 'കാളച്ചേകോൻ' തുടങ്ങിയ മലയാള സിനിമകളിലും അഭിനയിച്ചിട്ടുണ്ട്.

ഇപ്പോൾ, ദുബായിൽ ഒരു ബഹുരാഷ്ട്ര കമ്പനിയിൽ ഡേറ്റ മാനേജർ ആയി ജോലി ചെയ്യുന്നു.

ഭർത്താവ്: പ്രമോദ് കുഞ്ഞിമംഗലം
മക്കൾ: അമൽ, ആദിയ
വിലാസം: കുഞ്ഞിമംഗലം, പയ്യന്നൂർ, കണ്ണൂർ ജില്ല - 670 309
ഇമെയിൽ: dnair88@yahoo.com

Malayalam Language
Manalkkattinum Parayuvanund
(Poems)
by
Deepa Pramod

♦

Published in October 2022
by Kairali Books Private Limited
Thalikkavu Road, Kannur.
Ph : 0497-2761200
E-Mail : Kairalibooksknr@gmail.com

♦

Cover Design
Prasanth Mangad

♦

Price ₹ : 170.00
55/22-23/Sl.No.1360/300/NS 18.6
ISBN 978-93-94472-02-0

മണൽക്കാറ്റിന്നും പറയുവാനുണ്ട്

ദീപ പ്രമോദ്

കൈരളി ബുക്സ്

ആമുഖം

വളരെക്കാലമായി മനസ്സിൽ കൊണ്ടുനടന്ന ഒരു സ്വപ്നത്തിന്റെ സാക്ഷാത്ക്കാരമാണ് എനിക്ക് ഈ കവിതാസമാഹാരത്തിലൂടെ സാധ്യമാവുന്നത്. സ്കൂൾ കാലഘട്ടം മുതൽക്കേ കവിതകൾ എഴുതിത്തുടങ്ങിയിരുന്നുവെങ്കിലും, പ്രവാസഭൂമിയിൽ എത്തിയതിനുശേഷമാണ് എഴുത്തിനെ ഗൗരവമായി കണ്ടുതുടങ്ങിയതും, എന്നെങ്കിലുമൊരിക്കൽ സ്വന്തം തൂലികയിൽ പിറന്ന വരികൾ മലയാള സാഹിതി ലോകത്ത് അടയാളപ്പെടുത്തുവാൻ ഒരു പുസ്തകം ഇറക്കണമെന്ന ചിന്ത മനസ്സിൽ കൂടുകൂട്ടുന്നതും. പക്ഷെ, ആ ചിന്തകളെ കൂടുതൽ താലോലിക്കാനുള്ള ധൈര്യം അന്നൊന്നും എനിക്കുണ്ടായിരുന്നില്ല. കാരണം, ജനിച്ചു വീഴുന്നതിനുമുന്നേ ചിറകുവിരിച്ചു പറക്കണം എന്ന് പറയുന്നതുപോലെ, സ്വന്തം പുസ്തകം എന്നത് ഒരത്യാഗ്രഹമായിപ്പോവുമോ എന്ന പേടിയുണ്ടായിരുന്നു. പക്ഷെ, മുഖപുസ്തകത്തിലും മറ്റു ഓൺലൈൻ സാഹിത്യക്കൂട്ടായ്മകളിലും അംഗമായതോടെ, എഴുതുവാനുള്ള ഒരു വലിയ ലോകം തന്നെ എനിക്കുമുന്നിൽ തുറന്നുകിട്ടുകയായിരുന്നു. അവിടെ, മറ്റുള്ള എഴുത്തുകാരുടെ സൃഷ്ടികൾ വായിക്കുവാനും അവയെ സ്വയം വിശകലനം ചെയ്യുവാനും തുടങ്ങിയപ്പോൾ എനിക്ക് കൂടുതൽ എഴുതുവാനുള്ള പ്രചോദനം ലഭിച്ചുകൊണ്ടിരുന്നു. അങ്ങനെ, എന്റെ കവിതകളും മറ്റുള്ളവരുടെ വായനയ്ക്കും അഭിപ്രായങ്ങൾക്കുമായി ഞാൻ സമൂഹമാധ്യമങ്ങളിൽ പങ്കുവെച്ചു തുടങ്ങിയപ്പോൾ, പ്രിയ സൗഹൃദങ്ങളിൽനിന്നും കിട്ടിയ വിലയേറിയ അഭിപ്രായങ്ങളും, നിർദ്ദേശങ്ങളും, വിമർശനങ്ങളും ഞാൻ നെഞ്ചോട് ചേർത്തുവെച്ചു. പിന്നീടുള്ള എഴുത്തുകളിൽ സധൈര്യം മുന്നോട്ടു പോവാൻ ആ നല്ല ഉപദേശങ്ങളും അകമഴിഞ്ഞ പ്രോത്സാഹനങ്ങളും എന്നെ ഒരുപാടു സഹായിച്ചു.

എഴുത്തുവഴികളിൽ എത്തിപ്പെട്ടതിനെക്കുറിച്ചു കൃത്യമായ ഒരു ധാരണ ഇല്ലെങ്കിൽ കൂടി, ഒരു കാര്യം ഓർമ്മയുണ്ട്. മാത്തിൽ ഗവ: ഹൈസ്കൂളിൽ ഒൻപതാം ക്ലാസ്സിൽ പഠിക്കുമ്പോഴാണ് സ്കൂൾ കലോത്സവത്തിൽ കവിതാ രചനാമത്സരത്തിന് ആദ്യമായി എനിക്ക് എ ഗ്രേഡും ഒന്നാം സ്ഥാനവും ലഭിക്കുന്നത്. അത്, എഴുതുവാനുള്ള ഒരു ആത്മവിശ്വാസം കൂട്ടി എന്നുതന്നെ പറയാം. അതുവരെ ഞാൻ എഴുതിയ വരികൾ മറ്റുള്ളവർക്ക് കാണിച്ചുകൊടുക്കുക എന്ന സാഹസത്തിന് ഞാൻ മുതിർന്നിട്ടില്ലായിരുന്നു. ക്ലാസ് ടീച്ചർ ആയിരുന്ന മലയാളം അധ്യാപികയും

കവയിത്രിയും ആയ പ്രസന്നഭായി ടീച്ചറുടെ കവിതകളും, ഉള്ളറിഞ്ഞു പകർന്നുതന്ന നിറഞ്ഞ പ്രോത്സാഹനങ്ങളും ആ സമയത്ത് എന്നെ ഒരുപാടു സ്വാധീനിച്ചിട്ടുണ്ട്. ടീച്ചറിന്റെ ഓരോ കവിതകളും ആനുകാലികങ്ങളിൽ പ്രസിദ്ധീകരിച്ചുവരുമ്പോൾ അവ ക്ലാസ്സിൽ കൊണ്ടുവന്ന് എന്നെക്കൊണ്ട് ഉറക്കെ ഈണത്തിൽ ചൊല്ലിപ്പിക്കുന്നത് ഇന്നും മധുരമായ ഓർമ്മകളാണ്. എഴുത്തിനോടൊപ്പം കവിതകൾ ആലപിക്കുക എന്നതും പ്രിയങ്കരമായതുകൊണ്ടാണോ എന്നറിയില്ല, ഒരു കവിത എഴുതുമ്പോൾ അത് താളനിബദ്ധമായിരിക്കണം എന്നൊരു നിർബന്ധം ഞാനറിയാതെ എന്റെ എഴുത്തുകളെ പിന്തുടർന്നിരുന്നു. പക്ഷെ, ഇന്നത്തെ കവിതകളിൽ അതിന് എത്രത്തോളം പ്രസക്തിയുണ്ടെന്ന് ഞാൻ പലപ്പോഴും ആലോചിക്കാറുണ്ട്.

'കാക്കയ്ക്കും തൻകുഞ്ഞ് പൊൻകുഞ്ഞ്' എന്ന പ്രയോഗം പോലെ, എന്റെ ഈ ആദ്യപുസ്തകത്തെ നെഞ്ചോടു ചേർക്കുമ്പോൾ ആ സ്വപ്ന സാക്ഷാത്ക്കാരത്തിന് കാരണഭൂതരായ ഓരോരുത്തരെയും ഈ ഘട്ടത്തിൽ ഞാൻ നന്ദിയോടെ സ്മരിക്കുന്നു. കുട്ടിക്കാലം മുതലേ എന്റെ സഞ്ചാരപഥങ്ങളിൽ വഴികാട്ടിയായി നിന്ന് എന്റെ എല്ലാ കലാവാസനകളെയും പ്രോത്സാഹിപ്പിച്ചിരുന്ന എന്റെ പ്രിയപ്പെട്ട അമ്മയ്ക്കും അച്ഛനും തന്നെയാണ് അതിൽ ആദ്യസ്ഥാനം. കലാലയപഠനം കഴിഞ്ഞ ശേഷം, ജീവൽപ്രയാണത്തിന്റെ ഏറ്റയിറക്കങ്ങളിൽ ഒരു പച്ചത്തുരുത്ത് കണ്ടെത്താനുള്ള ഓട്ടപ്പാച്ചിലിനിടയിൽ എഴുത്തുകൾ എനിക്കന്യമായിരുന്നു. പിന്നീട് വർഷങ്ങൾക്കുശേഷം കുടുംബത്തോടൊപ്പം പ്രവാസത്തിലെത്തിയ ശേഷമാണ് എന്നിൽനിന്നും ഒളിച്ചോടിപ്പോയ അക്ഷരങ്ങളെ വീണ്ടും ഞാൻ ഹൃദയത്തോട് ചേർത്തുപിടിക്കുന്നത്. അതിന് എന്നും കൂടെനിന്നു പ്രോത്സാഹനം തന്ന എന്റെ ഭർത്താവ് പ്രമോദ്, എന്റെ വരികളുടെ ആദ്യത്തെ പ്രൂഫ് റീഡർ കൂടിയാണ്. വരികൾ ലളിതവും അനുവാചകന് വായിച്ചാൽ മനസ്സിലാകുന്നതും ആയിരിക്കണം എന്നത് അദ്ദേഹത്തിനും നിർബന്ധമായിരുന്നു. ഒപ്പം, ശബ്ദങ്ങൾ തമ്മിൽ കലഹിക്കുന്ന, ഈ മണലാരണ്യത്തിലെ ഒറ്റമുറി വീട്ടിൽ, കവിത പൂക്കുന്ന എന്റെയിടങ്ങളിൽ കയ്യിൽ എഴുത്തുപകരണങ്ങളുമായി ഇരിക്കുമ്പോൾ തന്നെ, മുൻധാരണയോടെ, തങ്ങളുടെ ചിതറിയോടുന്ന ശബ്ദവീചികളുടെ ഏറ്റക്കുറച്ചിലുകൾ സ്വയം നിയന്ത്രിച്ച് എന്നെ പിന്തുണക്കുന്ന എന്റെ മക്കൾ.

മലയാളത്തിന്റെ പ്രിയകവി ശ്രീ. കുരീപ്പുഴ ശ്രീകുമാർ സർ എന്റെ കവിതകൾക്ക് എഴുതിത്തന്ന മനോഹരമായ അവതാരിക, ഒരു തുടക്കക്കാരിയായ എനിക്ക് സ്വപ്നം കാണാൻ പോലും കഴിയാത്ത, ഒന്നാണ്. ഉപേക്ഷയൊന്നും കൂടാതെ തിരക്കുകൾക്കിടയിലും സമയം കണ്ടെത്തി അവതാരിക എഴുതിത്തന്ന സാറിനോടുള്ള നന്ദി എങ്ങിനെ അടയാള

പ്പെടുത്തണം എന്നെനിക്കറിയില്ല. അത് വാക്കുകൾക്കതീതമാണ്.

ഔദ്യോഗികമായ ഒരുപാടു തിരക്കുകൾക്കിടയിലും എന്റെ ഓരോ കവിതകളുടെയും വരികളിലൂടെ ഊളിയിട്ട് അതിന് വിലയേറിയ ഒരു ആസ്വാദനക്കുറിപ്പ് എഴുതിത്തരാൻ മനസ്സ് കാണിച്ച, കവിയും കഥാകൃത്തുമായ ശ്രീ. ഉദയ് നാരായണൻ. വാക്ദേവത കനിഞ്ഞനുഗ്രഹിച്ച പദസമ്പത്തും, ആശയവൈഭവവും, കാവ്യാത്മകത തുളുമ്പുന്ന വരികളും കൊണ്ട് തന്റെ അക്ഷരങ്ങളിൽ അനുവാചകരുടെ ആരാധന പിടിച്ചുപറ്റുന്ന, എന്നാൽ മറ്റുള്ളവർക്കിടയിൽ അധികം അറിയപ്പെടാൻ ആഗ്രഹിക്കാതെ തന്റേതായ ഇടങ്ങളിൽ ഒതുങ്ങിക്കൂടുന്ന പ്രതിഭാധനനായ ഒരു എഴുത്തുകാരനാണ് ശ്രീ. ഉദയ് നാരായണൻ. വാക്കുകളിൽ ഒതുക്കാൻ പറ്റാത്തത്ര കടപ്പാടുണ്ട്, ഉദയേട്ടനോട്.

അതോടൊപ്പം തന്നെ, എന്റെ രചനകൾ വായിച്ച് ആത്മാർത്ഥമായി അഭിപ്രായം പറയുകയും, തെറ്റുകൾ ചൂണ്ടികാണിച്ച് തിരുത്താൻ പ്രേരിപ്പിക്കുകയും ചെയ്യുന്ന, പ്രിയ എഴുത്തുകാരൻ ശ്രീ. വൈക്കം സുനീഷ് ആചാര്യക്കും ഹൃദയപൂർവം നന്ദി അറിയിക്കുന്നു.

എല്ലാത്തിലും ഉപരി, എഴുത്തുകളെ വായിച്ചു സത്യസന്ധമായി അഭിപ്രായം പറയുകയും പ്രോത്സാഹിപ്പിക്കുകയും ചെയ്യുന്ന എന്റെ പ്രിയ സൗഹൃദങ്ങൾ എന്നും ഒരു മുതൽക്കൂട്ടാണ്.

കൂടെ, എന്റെ അക്ഷരങ്ങൾക്ക് അച്ചടിമഷി പുരട്ടി, മനോഹരമായ പുറംചട്ട തുന്നി, ഒരു പുസ്തകമാക്കി നിങ്ങളുടെ കൈകളിലേക്കെത്തിക്കുന്ന കൈരളി ബുക്സിനും അശോകേട്ടനും എന്റെ നന്ദി അറിയിക്കുന്നു.

ഒപ്പം നടന്നാലും ഒറ്റയ്ക്ക് നടന്നാലും നമുക്കു ലക്ഷ്യത്തിലെത്താൻ പറ്റും. പക്ഷെ, കൂടെ നടക്കാൻ പലരുമുണ്ടാവുമ്പോഴാണ് മുന്നോട്ടുള്ള പ്രയാണത്തിന് വേഗത കൂടുന്നതും ലക്ഷ്യപ്രാപ്തിയിലേക്കെത്തുന്നതും. അതുകൊണ്ടുതന്നെ, ഈ കവിതാസമാഹാരം പിറവികൊള്ളുന്നതിനു എന്നോടൊപ്പം തോളോട് തോളു ചേർന്ന് സഞ്ചരിച്ച ഓരോരുത്തർക്കും നന്ദി അറിയിക്കുന്നതോടൊപ്പം, കലാസാഹിത്യ രംഗത്ത് വളർന്നുവരുന്നവർക്ക് എന്നും പ്രോത്സാഹനമായി നിലകൊള്ളുന്ന, ഞാൻ ഏറെ സ്നേഹിക്കുന്ന മലയാളി സമൂഹത്തിനു മുൻപിൽ വായനക്കായ് 'മണൽക്കാറ്റിനും പറയുവാനുണ്ട്' എന്ന ഈ കവിതാസമാഹാരം സമർപ്പിക്കുന്നു.

ദീപ പ്രമോദ്

ഉള്ളടക്കം

അവതാരിക

മരുഭൂമിയിലെ കാവ്യധാര

കുരീപ്പുഴ ശ്രീകുമാർ

പഴയ സംഗീതോപകരണങ്ങളിൽ ഇതുവരെ കേട്ടിട്ടില്ലാത്ത സംഗീതം ആവിഷ്ക്കരിച്ച് നമ്മളെ അത്ഭുതപ്പെടുത്താറുണ്ട് ചില ഭാവനാസമ്പന്നർ.

മുള കൊണ്ടുള്ളതായിരുന്നു ഏറ്റവും പഴയ സംഗീതോപകരണങ്ങൾ. ഒരു ലോഹത്തരി പോലുമില്ലാതെയാണ് മുളവാദ്യങ്ങളിൽ പൂർവ്വികർ വിസ്മയം സൃഷ്ടിച്ചത്. അത് കേട്ടിരുന്നത് മനുഷ്യർ മാത്രമല്ല, പ്രകൃതിയും കൂടിയാണ്.

ഈറക്കുഴലിന്റെ നാദസുഖത്തിൽ ലയിച്ചു നിൽക്കുന്ന മാൻകൂട്ടങ്ങളെയും മറ്റും പൂർവ്വകവികൾ അടയാളപ്പെടുത്തിയിട്ടുണ്ട്. അതേ സാങ്കേതികവിദ്യ ഉപയോഗിച്ച് നിർമ്മിച്ചിട്ടുള്ള സംഗീതോപകരണം ഹരിപ്രസാദ് ചൗരസ്യയുടെയും കുടമാളൂർ ജനാർദ്ദനന്റെയും ബിനു എം. പള്ളിപ്പാടിന്റെയും ചുണ്ടോടു ചേർന്നപ്പോൾ ഇതുവരെ കാണാത്ത വസന്തങ്ങൾ വിരിഞ്ഞു. പുതിയ ശിശിരവും ഹേമന്തവും വർഷവും ഗ്രീഷ്മവും കുടമാറ്റം നടത്തി.

നൂറുകണക്കിനു മുളവാദ്യങ്ങളാണ് ലോകത്തുള്ളത്. അവയിലൂടെയെല്ലാം പ്രവഹിക്കുന്നത് പ്രാചീന സംഗീതമല്ല, നവീനസംഗീതം. കിന്നരം പഴയത്, സംഗീതം പുതിയത്.

പഴയ ഛന്ദസ്സിന്റെ കിന്നരത്തിൽ പുതിയ സംഗീതം രചിക്കുകയാണ് ദീപ. മലയാള കവികളുടെ ഒരു പ്രത്യേകതയാണിത്. ചിലപ്പോൾ പുതിയ വഴിവെട്ടി ഓരങ്ങളിൽ പഴയമരങ്ങളുടെ വിത്തുകൾ നടും. മറ്റു ചിലപ്പോൾ പഴയ വഴിയോരങ്ങളിൽ പുതുമരങ്ങളുടെ വിത്തുപാകും. രണ്ടായാലും പൂക്കാലവും ഫലസമൃദ്ധിയും ഉറപ്പ്. അയ്യപ്പപ്പണിക്കരിലും അയ്യപ്പനിലുമെല്ലാം ഈ സമീപനം കാണാവുന്നതാണ്.

ദീപയുടെ കാവ്യസസ്യശാല ശ്രദ്ധേയമാണ്. കണ്ടു നടന്നാൽ അറിവും തിരിച്ചറിവും സമ്മാനിക്കുന്നവ.

നോക്കൂ, തണലും തണുപ്പും തരുന്ന വടവൃക്ഷമായി അച്ഛൻ, അർപ്പണോത്സുകരായ പൗരസമൂഹം, മിഴികളിൽ നിറയുന്ന മൗനം, ഇന്നിൻ തമസ്സിലെ മാറാല, ഉടയവർക്ക് അർപ്പിച്ച പ്രാണനും പ്രജ്ഞയും, വിശ്വാസമെന്ന മേൽക്കുപ്പായം, പ്രാരബ്ദക്കടൽ, നിന്ദയുടെ തീവ്രമായ തിക്തത, കാലിൽ കുരുക്കിട്ട ചങ്ങലപ്പൂട്ടുകൾ, മുകിലിന്റെ അന്തർഗതങ്ങൾ, കരി

യിലകൾ കഥപറയുന്ന ഇടവഴികൾ, നിശബ്ദസാന്നിധ്യം, മതിപ്പിന്റെ വിളക്ക്, അതിജീവനത്തിന്റെ മാറാപ്പ്, തിരിച്ചറിവിന്റെ പാഠങ്ങൾ, വൃദ്ധ സദനങ്ങൾ എന്ന കണ്ണുനീർ ചിത്രങ്ങൾ, വെറും വാക്കല്ലാത്ത വാക്ക്, അരുവിയുടെയും കുരുവിയുടെയും സംഗീതം..

ഇനിയുമുണ്ട് ബോധ്യപ്പെടുത്തലിന്റെ വൃക്ഷശിശുക്കൾ. വെയിലു പെയ്യുന്ന വേനൽ, മാരത്തോൺ പോലെ കുതിക്കുന്ന ശകടങ്ങൾ, രക്ത ബന്ധത്തിന്റെ തിരസ്കരണം, കപടസാഹിത്യപ്രമാണിമാർ, പ്രവാസി കൾ പേറുന്ന ദുരിതക്കയം, സ്നേഹത്തിന്റെ കൈവരി, വർഷപാതത്തിന്റെ പ്രഹരം, വിളഭൂമികൾ തരുന്ന സ്വാസ്ഥ്യം, കൈവിട്ടകന്ന കടലാസ്സുപട്ടം, സിരകൾ തുളയ്ക്കുന്ന കീമോതെറാപ്പി, സഹനത്തിന്റെ സഹ്യപർവതം, നിശ്ചലമാകുന്ന ആകാശപാത, താരാട്ടുപാട്ടിന്റെ ഈണമായ അച്ഛൻ...

ഇനിയുമുണ്ട് ശ്രദ്ധേയമായ വാക്കുകളുടെ സസ്യജാലം. കുടക്കീഴിലെ കടൽ, ആദ്യഭാഷയായ താരാട്ട്, കടലിന്റെ കാത്, മൗനത്തിന്റെ മട്ടുപ്പാവ്, പ്രണയം നിറച്ച പുലരി, കാലത്തിന്റെ കളിയരങ്ങ്, കർഷകക്കുടിലിന്റെ വിയർപ്പ്, അമ്മയുടെ നെഞ്ചിലെ അലറുന്ന കടൽ... ഇങ്ങനെ അനവധി യനവധി ചാരുസമീപനങ്ങളാൽ ആകർഷകമാണ് ദീപയുടെ കാവ്യകി ന്നര വാദനം. ഏകാന്തതയിൽ ഈ കവിതകൾ വായിക്കുമ്പോഴുള്ള അ നുഭൂതി മറ്റൊന്ന്.

മരുഭൂമിയിൽ നിന്നുകൊണ്ടു ചന്ദ്രബിംബത്തിലൂടെ നാടിന്റെ രമണീ യത കാണുന്ന ദീപയ്ക്ക് കൂടുതൽ കൂടുതൽ ലാവണ്യയാത്രകൾ ആശം സിക്കുന്നു.

•

ആസ്വാദനക്കുറിപ്പ്

കരളറിയും കവിതയുടെ കാതൽ

ഉദയ് നാരായണൻ

മലയാണ്മയൊരു ചരിത ഭാഗമായി മാറുകയും ലിപി, ഭാഷപ്പകർച്ച യിൽ തന്റേതായ മുദ്രകൾ പതിപ്പിച്ച എഴുത്തുകൾ ഏതുവിധേനയും അറം പറ്റാതിരിക്കുവാൻ വാഗീശ്വരീ സവിധമിരിക്കും കിളിയിലൂടെ അവതരി പ്പിക്കുകയും ചെയ്തിരുന്ന ഭാഷാപിതാവ് ശ്രീ തുഞ്ചത്തെഴുത്തച്ഛൻ അ നുഗ്രഹിച്ചരുളിയ മലയാളം ഇന്ന് ശ്രേഷ്ഠഭാഷാപദവിയിൽ എത്തിനിൽ ക്കുമ്പോൾ നാഴികക്കല്ലുകളാകും നാനാകൂട്ടം എഴുത്തുകളും നമ്മെ സ്പർ ശിച്ചുപോയതുപോലെ കര, ഹൃദയ സ്പർശനത്തോടെ കടന്നുപോകും ഈയൊരു എഴുത്തുകൂടി, ഇങ്ങനെയൊരു പുസ്തകം കൂടി.

'Potery is the spontaneous overflow of powerful emotions'

'അനർഗളമായ വികാരത്തിന്റെ കുത്തൊഴുക്കാണ് കവിത' അന്യം നിന്നുപോകാത്ത കവിതയെഴുത്തിന്റെ വക്താവായ ശ്രീമതി ദീപ പ്രമോ ദിന്റെ കവിതകളിലൂടെ ഒരു നല്ല വായനാസഞ്ചാരം നടത്തിയപ്പോൾ ഓർ ത്തുപോകുകയാണ് ആംഗലേയ കവിയുടെ കവിതയെക്കുറിച്ചുള്ള വരി കൾ.

ഛന്ദഃശാസ്ത്ര പ്രകാരം എഴുതിയ പദ്യങ്ങൾ ആസ്വദിച്ചു നിർവൃതി കൊണ്ട വായനാഹൃദയങ്ങൾക്ക് അതേ വികാരവായ്പോടെ അക്ഷരങ്ങ ളിൽ ആഴ്ന്നിറങ്ങുവാൻ ബഹുവികാരവരികളിൽ തീർത്ത ഒരു സമുച്ചയ മാണ് 'മണൽക്കാറ്റിനും പറയുവാനുണ്ട്' എന്ന ഈയൊരു കവിതാസ മാഹാരം.

കവിതയുടെ ആത്മാവ് കണ്ടെത്തുകയെന്ന അധികബാധ്യത അനു വാചകന് ആവോളം നൽകിടാതെ ഒറ്റവായനയിൽത്തന്നെ അന്തഃസത്ത അന്തരംഗത്തിലെത്തുന്ന കവയിത്രി ശ്രീമതി ദീപ പ്രമോദിന്റെ എഴുത്തു സൗരഭം പ്രശംസനീയം.

'മണൽക്കാറ്റിനും പറയുവാനുണ്ട്' എന്ന ഈ പുസ്തകത്താളുകളിലെ പ്രഥമകവിതകൾ നമ്മുടെ വേറിടാത്ത വേരുകളാകുന്ന, ഒരു കെടാവിള ക്കിൻ പ്രഭയോടെ മനോമണ്ഡലത്തിൽ എന്നും തെളിയുന്ന അമ്മയേയും അച്ഛനേയും കുറിച്ചുള്ളതാണെന്ന വസ്തുത ഒരു ഗുരുത്വപ്രതിഫലനം പോലെ ധന്യം, ശ്രേഷ്ഠം. അക്ഷരമധു നുകർന്നുകൊണ്ട് വായനാപട വുകളോരോന്നു താണ്ടുമ്പോൾ കാണുന്ന 'ഇവർ ഗുരുനാഥർ' എന്ന കവി

തയിലെ വരികൾ പാഠം പഠിപ്പിച്ചിരുന്ന പാഠശാല ഗുരുക്കന്മാർ മാത്രമല്ല പലവിധ ആദ്യജീവനപാഠങ്ങൾ, അറിവിന്റെ അമൃത് ആത്മാവിൽ കുടിയിരുത്തിയ അമ്മയും ആത്മവിശ്വാസത്തിന്റെ അലയൊലി ഹൃത്തിൽ പടർത്തിയ അച്ഛനും, കണ്ടും കേട്ടും ഗ്രഹിച്ചും തിരിച്ചറിവുകളുടെ തിരിനാളങ്ങൾ അകക്കണ്ണിലേറ്റിയ സർവ്വ ചരാചരങ്ങളും ഗുരുസ്ഥാനീയരും ഗഗന സമാന കടപ്പാടിനർഹരായവരും ആകുന്നു എന്ന് കവയിത്രി പറയുമ്പോൾ ഒരു വിസ്തൃത മാനസത്തിന്റെ വർണ്ണചിത്രം വിരിയുകയാണ് വരികളിൽ.

നല്ല പ്രതികരണങ്ങളും സർവ്വ സദ്‌വികാരങ്ങളും സമന്വയിപ്പിച്ച് പടുക്കിയൊരുക്കിയ പലതുകളാണ് ഈ കവിതാപുസ്തകമെന്ന് കവയിത്രി അഭിമാനം കൊള്ളുമ്പോൾ, കാവ്യലോകത്തിൽ അടയാളം തീർത്തിരിക്കുന്നു 'മണൽക്കാറ്റിനും പറയുവാനുണ്ട്' എന്ന് വായനക്കാരും ധരിച്ചുവെച്ചിരിക്കുന്നുവെങ്കിൽ നല്ല പ്രവണതയെന്നു മാത്രമേ പറയാനാകൂ. അങ്ങനെയുള്ള പലതുകളിൽ ചിലതുകളാണ് ഭൂമി വിലപിക്കുന്നുവോ, പെണ്ണൊരുത്തി, നഷ്ടമായ നാട്ടുവഴികൾ, രക്തസാക്ഷി, മണൽക്കാറ്റിനും പറയുവാനുണ്ട്, കാറ്റിനോട്, അസ്തമിക്കുന്ന സ്വപ്നങ്ങൾ, പൊയ്മുഖം തുടങ്ങിയ കവിതകൾ.

കാഠിന്യ കരളിലും കദനം കരകവിഞ്ഞൊഴുകും വരികൾ നിറച്ചിരിക്കുന്ന കൂടൊഴിയുമ്പോൾ, കറിവേപ്പില, രണഭൂമിയിൽ തളരാതെ, ഓർമ്മച്ചെപ്പ്, മരണമെന്ന അതിഥി എന്നീ കവിതകളും ഒരു കാലഘട്ടത്തിന്റെ അയവിറക്കലുകളായ കൊയ്ത്തുപാട്ട്, പഴമതൻ ഓർമ്മകൾ, ഒരു നഷ്ടപ്രണയം, കലാലയം ഒരോർമ്മ എന്നിവയും, വരുമൊരു ജീവിത സായാഹ്നത്തിൽപ്പോലും തന്റെ പ്രകാശ വർഷങ്ങൾ വൃഥാവിലായില്ല എന്ന വരേണ്യ ചിന്തകളോടെ ചേർത്തുപിടിക്കാവുന്നതാണ് പ്രിയ കവയിത്രിക്ക്.

തന്റെ സ്മൃതിപഥത്തിലെ നൻമുത്തുകളാകുന്ന നല്ലോർമ്മകളും ആത്മസ്പർശമുള്ള ചില അയവിറക്കലുകളും ആത്മബലാർത്ഥം പരിവേദനകൾ ഉള്ളിലൊതുക്കിയുള്ള ചില പ്രതികരണങ്ങളും കോർത്തിണക്കിയ ഈയൊരു അക്ഷരഹാരത്താൽ ആഴത്തിൽ ഹർഷചിത്തത കൈവരിച്ച കവയിത്രിക്ക് നേരുന്നു എല്ലാവിധ നൻമകളും.

•

മാതൃപുണ്യം

അവനിയിൽ അവതരിച്ചീടുന്ന പിഞ്ചിളം
ചുണ്ടുകൾ മന്ത്രിക്കും ആദ്യാക്ഷരങ്ങളാണമ്മ
സ്നേഹസാന്ത്വനമായ് സഹനാനുവർത്തിയായ്
ത്യാഗത്തിൻ മൂർത്തിമത്ഭാവമാണമ്മ

അമ്മയാണെന്നുമെനിക്കാത്മ ധൈര്യവും
ഉൾപ്പൂവിനുള്ളിലെൻ ആത്മവിശ്വാസവും
പാന്ഥർക്കിരുട്ടിൽ തെളിക്കും വിളക്കുപോൽ
നേർവഴി കാട്ടി നയിക്കുമെൻ തായ്മൊഴി

ഏതു സന്താപക്കടലിലും താങ്ങായ്,
തളരാതെ മെയ് ചേർത്തണയ്ക്കുന്നതമ്മ
ഇടറിവീഴുമ്പോഴെൻ കാലിൽ കരുത്തേകി
പ്രത്യാശ തന്നുയിർത്തെഴുന്നെൽപ്പിക്കുന്നതമ്മ

അമ്മതൻ കർമ്മങ്ങൾ അമ്മതൻ പുണ്യങ്ങൾ
അവൾ ചെയ്യും ജീവിതത്യാഗങ്ങൾ നിസ്തുലം
ഒരായുസ്സ് മുഴുവനും മക്കൾതൻ ജീവനിൽ
ദൈവീക സ്പർശനം പോൽ ഭവിച്ചീടുന്നു

പെറ്റമ്മയെന്നൊരാ വാക്കിന്റെ പൊരുളുകൾ
അറിയാതെ, ഓർക്കാതെ തമ്മിലടിക്കുന്ന
മക്കളോ, നിർദ്ദയം തള്ളിപ്പറയുന്നു
തല്ലുന്നു, കൊല്ലുന്നു, ആട്ടിയിറക്കുന്നു.

കാട്ടാള ജന്മമായ് മാറുന്നു മക്കളി
ന്നാർത്തു രസിക്കുന്നു, അട്ടഹസിക്കുന്നു
അമ്മിഞ്ഞപ്പാലൂട്ടി, താരാട്ടി, ഓമനി
ച്ചോരുപോള കണ്ണൊന്നു ചിമ്മാതെ തളരാതെ

ആ കുഞ്ഞുപാദങ്ങൾ വളരുന്നതും നോക്കി
കണ്ണിമ വെട്ടാതെ കാത്തു രക്ഷിച്ചിടും
ദൈവീക സത്യമാണായമ്മ എന്നത്
ഒരു മാത്ര മനതാരിലറിയൂ നീ മാനുഷാ.

വേരോടറുത്തു നീ മാറ്റുക ദുഷ്ചിന്ത
വേറിട്ടറിയൂ നിൻ നന്മകൾ തിന്മകൾ
കാപട്യവും തഥാ കപട ലോകത്തിലെ
കരാള ഹസ്തങ്ങളും നാശമെന്നോർക്ക നീ ..

സമയമായിന്നു നിൻ പുനർചിന്തനത്തിന്നു
സമയമായ് കണ്ണു തുറന്ന് വർത്തിക്കുവാൻ
സാമാന്യ ബുദ്ധിയോടുണരട്ടെ പകലുകൾ
സാന്ത്വനം പൊഴിയട്ടെ ഓരോ അണുവിലും

നെഞ്ചോട് ചേർത്തൊന്നു നിർത്തുക നിൻ പ്രിയ
മാതാവിൻ കണ്ണൊന്നു നിറയാതെ കാക്കുക
തുടച്ചു നീക്കൂ, ഇനിയീ വൃദ്ധസദനങ്ങൾ
കരളിൽ തറയ്ക്കുന്ന കണ്ണുനീർ ചിത്രങ്ങൾ.

കാവലായ് നിൽക്കണം കാത്തും കെടാതെയും
കനിവിന്നുറവയാം മാതൃദീപത്തിനെ
കൺകണ്ട ദൈവവും കണ്മുന്നിലെരിയുന്ന
അഗ്നിപോൽ സത്യവും പെറ്റമ്മയെന്നറിയണം.

•

തണൽമരം

കാർക്കശ്യം കൈമുതലാക്കിയൊരച്ഛന്റെ
വാക്കിൽ സ്ഫുരിക്കും കണിശതയെങ്കിലും
തരളമാം ഹൃദയത്തിൽ ഉരുകിയൊഴുകീടുന്ന
സ്നേഹ നിശ്വാസത്തിനലകളറിയുന്നു ഞാൻ.

കയ്യിലെ കൈക്കോട്ടും മങ്ങിയ തോർത്തുമായ്
പടിയിറങ്ങുമച്ഛൻ തിരിച്ചെത്തും നേരത്ത്
കിതയ്ക്കുന്നവിശ്രമം വേച്ചുപോം കാലുകൾ
കുതിയ്ക്കുന്ന പ്രായത്തിൽ ചുമടുകളിറക്കാതെ.

മക്കൾക്കു വേണ്ടി മറന്നൊരു സ്വപ്നങ്ങൾ
മക്കൾതൻ സ്വപ്നങ്ങൾക്കായ് സ്വരുക്കൂട്ടിടാൻ
മഴയത്തും വെയിലത്തും മണ്ണോട് മല്ലിട്ട്
പകലന്തി പണിയെടുത്തച്ഛൻ വിയർക്കുമ്പോൾ.

ഒരു വടവൃക്ഷമായ് തണലും തണുപ്പും, ത-
ന്നൊരു വേള വേനലിൻ ചൂടറിയിക്കാതെ
ചേർത്തെന്റെ ചിറകുകൾക്കൂർജ്ജവും ഓജസ്സു-
മേകിയ ജീവിത പാഠങ്ങൾ നിസ്തുലം.

ഉള്ളിലായ് ഉരുകുന്ന വ്യഥകളറിയിക്കാതെ
അച്ഛൻ വിരിക്കുന്ന തണലേറ്റുറങ്ങവെ
അറിയണം വറ്റാത്ത സ്നേഹനീരുറവയിൽ
കത്തിജ്ജ്വലിക്കുന്ന സൂര്യനാമച്ഛനെ.

കൊതിക്കുന്നു വീണ്ടുമൊരു ബാല്യമെൻ മുന്നിൽ
പതിയെ എന്നച്ഛന്റെ കരലാളനത്തിനായ്
ഒരു മാത്ര ഉരുകുമാ നെഞ്ചിലെ ചൂടേറ്റ്
കരുതലും കാവലും തൊട്ടറിഞ്ഞീടേണം..

ഇവർ ഗുരുനാഥർ

അമ്മതൻ കൊഞ്ചലിൽ ആത്മാവിലലിയുന്ന
ആദ്യാക്ഷരങ്ങൾക്ക് ആചാര്യയായവൾ
സ്നേഹത്തിൻ മഹിമയും സഹനത്തിൻ നോവും
ക്ഷമയെന്ന വാക്കിന്റെ പൊരുളും പഠിപ്പിച്ചു.

ജീവൽപ്രയാണത്തിൻ ഗതിവിഗതികളിൽ
വിഴുങ്ങാനടുക്കുന്നോരഗ്നി നാളങ്ങളെ
ദീർഘവീക്ഷണം ചെയ്തന്നുശിരോടെ നേരിടാൻ
ആത്മവിശ്വാസം പകർന്നച്ഛനും ഗുരുനാഥൻ.

മർത്യനെ ഉൽകൃഷ്ടനാക്കുവാനുതകുന്ന
ബുദ്ധിയും സൽക്കർമ്മ ചിന്തയും തളിരിടാൻ
അക്ഷരങ്ങളിലൂടെ അവബോധം നൽകിയ
അഭിവന്ദ്യ ഗുരുനാഥർ അവിഭാജ്യമായ് നിറയുന്നു.

കനലെരിയും ജീവിതത്തീച്ചൂള നൽകുന്ന
തിക്തമാം തഴക്കങ്ങളെന്നുമെൻ ഗുരുനാഥൻ
പരീക്ഷണങ്ങൾതൻ പിരിമുറുക്കം തീർത്ത്
പകർന്നു തന്നീടുന്നു തിരിച്ചറിവിൻ പാഠങ്ങൾ.

കടപ്പെട്ടിരിക്കണം നമ്മോടു ചുറ്റിലും
സംവദിച്ചീടുന്ന സർവ്വചരാചരങ്ങളോടും
അവ പകരുന്നനവധി അറിവുകൾ നിത്യവും
നമ്മെ തിരിച്ചറിഞ്ഞുൽബോധനം ചെയ്തിടാൻ.

•

പകൽക്കിനാവ്

മന്ദമായ് മാരുതൻ മിഴികളെത്തഴുകുമ്പോൾ
സ്വച്ഛന്ദമൊഴുകി ഞാനെൻ മനോരാജ്യത്തിൽ
നാടിന്റെ നന്മകൾ നഷ്ടമായ്ത്തീരുന്നൊരു
ഉത്കണ്ഠ, തേരേറ്റി എൻ ദിവാസ്വപ്നങ്ങൾ.

ഇന്നു നാം കാണുന്നോരിന്ത്യയിന്നിത്രമേൽ
നിന്ദ്യമായ്, നീചകൃത്യങ്ങളാൽ നീറാതെ
കെട്ടിപ്പടുത്തു ഞാൻ ആർഷസംസ്കാരത്തിൻ
അറ്റുപോം കണ്ണികൾ ചേർത്ത നറുപുലരികൾ.

ഇന്നു നടമാടുന്ന നിയമസംഹിതകളെൻ
കൈകളാൽ, പുത്തനുണർവ്വിൽ ജനിക്കവേ
അപരാധം ചെയ്യുവോർ അടിയറവു പറയുന്ന
നിയതമാം ചട്ടങ്ങൾ പ്രബലപ്പെടുത്തി ഞാൻ.

നാടിൻമിടിപ്പുകൾ സ്വയമറിഞ്ഞുണരുന്ന
അർപ്പണോല്സുകരായ പൗര സമൂഹങ്ങൾ
പരസ്പരം താണ്ടും തിരിച്ചറിവിൻ പാതകൾ
അമ്മയ്ക്കും പെങ്ങൾക്കും തണലൊരുക്കീടുന്നു.

പട്ടിണിക്കോലങ്ങൾ എങ്ങുമേയൊഴിയാതെ
പട്ടണപ്പാതകൾ ശ്രേഷ്ഠമായ് വഴിയുന്നു
അക്ഷരവിത്തുകൾ പാകി ഞാൻ, നിരക്ഷര-
ച്ചിറകുകൾ, വിദ്യതൻ വാതായനം പൂകി.

•

ഒരു നഷ്ടപ്രണയം

കാലങ്ങൾ സാക്ഷിയായ്, കാതങ്ങളകന്നു നീ
കരകാണാ ജീവിതക്കടലിൻ കയങ്ങളിൽ..
എങ്കിലും മൗനം വിതുമ്പുന്നെൻ ഹൃദയമി-
ന്നറിയാതെ, സ്മൃതികളിൽ കുളിരായ് നീയുണരവെ.

നിന്നോർമകൾ പെയ്യുമോരോള പരപ്പിലെ
പരൽമീനായ് നീന്തി നിൻ ശ്വാസം ഗ്രഹിക്കവെ,
ഹൃദയ തന്ത്രുക്കളിൽ നീ ചേർത്ത പ്രണയമി-
ന്നടരാതെ, ഏറെ നിൻ സവിധം കൊതിക്കുന്നു.

ഓർക്കുന്നു, ദൂരങ്ങൾ പദയാത്ര ചെയ്തു ഞാൻ
പാതയോരത്തമാന്തിച്ചു, നിൻ നോക്കിനായ്.
നിൻ വശ്യമിഴികളിൽ നിറയുന്ന മൗനത്തിൽ
പൊഴിയുമൊരു പുഞ്ചിരിക്കായ് മിഴിനട്ടു ഞാൻ

വണ്ടിയെത്തുംവരെ നിൻ ദൃശ്യ സീമയിൽ
ഉൽസുകം നിന്നിലെ പ്രണയം കൊതിച്ചെത്ര
പകലുകൾ, നിശ്ശബ്ദം നിന്നാത്മ വിപഞ്ചിയിൽ,
ഒഴുകുന്ന നാദമായുണരാനായുഴറവേ.

ഒടുവിൽ മുഖം തരാതിടക്കണ്ണെറിഞ്ഞു നീ,
ചെറുമഴച്ചാറ്റിൽ കുളിർതെന്നൽ പോലെ, യാ-
പ്രണയത്തിൻ പൂനിലാ പുഞ്ചിരി ചാർത്തി,
നടന്നകലും വഴികളിൽ നിഴലായ് ഗമിച്ചതും.

വാകപ്പൂമണമൊഴുകുമാ കലാലയ മുറ്റത്ത്
ചായങ്ങൾ ചിതറി നാം നെയ്ത സ്വപ്നങ്ങൾക്ക്,
ചിറകു കുരുത്തു പറന്നൊരിടനാഴികളിൽ
പ്രണയത്തിന്നാഴമറിഞ്ഞു നാം ആർദ്രമായ്.

എത്ര വാഗ്ദത്തങ്ങൾ, മോഹ സങ്കൽപ്പങ്ങൾ,
ഒടുവിൽ പ്രഹേളിക പോൽ നീ മറഞ്ഞിട്ടും,
എന്നന്തരംഗത്തിലണയാതെ കത്തുന്ന
ജ്വാലയായ് ചിന്തകളുയിർത്തെഴുന്നേൽക്കവേ.

പലവട്ടം മനസ്സിന്റെ മച്ചകത്തെത്തി നീ
ഓർമ്മകളിലൂളിയിട്ടെന്നെ തളർത്തുമ്പോൾ,
അന്ന് നാം നടന്നു തീർത്ത വഴികളിൽ, തിരയുന്നു
നിഷ്പന്ദമായ് നിൻ കൊലുസ്സിൻ കിലുക്കങ്ങൾ.

ആ നഷ്ടപ്രണയമെൻ ഹൃദയം മുറിക്കുമ്പോൾ
അറിയുന്നു നീയെനിക്കന്യയാണിന്നെന്ന്.
കാലം കിതയ്ക്കുമ്പോൾ കാണുവാൻ വെമ്പുന്നു-
ണ്ടൊരു മാത്ര, ദീപ്തമായുണരും നിൻ നയനങ്ങൾ..

•

പെണ്ണൊരുത്തി

പ്രാണൻ പകുത്തീ പ്രപഞ്ചതാളത്തിൻ
പ്രതീകമായ് വാഴുന്നവൾ പെണ്ണൊരുത്തി
പ്രണയത്തിൻ പൂക്കളാൽ പരിദേവനങ്ങൾക്ക്
പ്രതിരോധം തീർക്കുമവൾ പെണ്ണൊരുത്തി

ഇതിഹാസകാവ്യങ്ങൾ പാടിപ്രകീർത്തിച്ച
പാതിവ്രത്യത്തിൻ പൊരുൾ പെണ്ണൊരുത്തി
മാതൃത്വമെന്നുള്ള പ്രാപഞ്ച സത്യത്തിൻ
മഹിമകൾ കാക്കും മനസ്സവൾ പെണ്ണൊരുത്തി

കരിയിലും പുകയിലും കണ്ണിണകൾ നീറുമ്പോൾ
കടമയായ് കോൾമയിർകൊള്ളുന്നു പെണ്ണവൾ
കദനത്തിൻ കടലിലും കരുണ വറ്റാത്തൊരു
കറയറ്റ സ്നേഹത്തിന്നുറവയവൾ പെണ്ണൊരുത്തി

ആടിത്തിമിർക്കുന്ന വേഷപ്പകർച്ചയിൽ
സഹനത്തിൻ മൂർത്തിമത് ഭാവമായ് പെണ്ണവൾ
അബലയെന്നുള്ളൊരു പേരിന്നതീതമായ്
ചങ്കൂറ്റമോടെ ചരിക്കുന്നവൾ പെണ്ണൊരുത്തി

ഇന്നിൻ തമസ്സിലെ മാറാല നീക്കി, നൽ-
പുലരിയിൽ നന്മതൻ പ്രഭയാണ് പെണ്ണവൾ
വീടിൻ വിളക്കായ് അണയാതെ കത്തുന്ന
നറുതിരി നാളമവൾ പെണ്ണൊരുത്തി

അവൾകൊള്ളും മൗനത്തിന്നർത്ഥഭേദങ്ങൾ
ഒരു നോട്ടത്തിൽ ഭാവത്തിലപഗ്രഥിച്ചീടുമ്പോൾ
അറിയണം, പൊള്ളുന്ന തീയാണ് പെണ്ണവൾ
സമത്വാവകാശത്തിൽ പോരാളിയാണവൾ

ആത്മാവിലായിരം രാഗങ്ങളിഴ ചേർന്ന
അനർഗള സംഗീതമവൾ പെണ്ണൊരുത്തി
കനലായ് ജ്വലിക്കണം പെണ്ണവൾ, അരുതാത്ത
നോട്ടവും നാട്യവും കപടതയുമറിയണം...

•

കൂടില്ലാക്കിളി

ആരുണ്ടിന്നറിയുവാൻ കണ്ണീരിൻ കനലുകൾ
ഇടനെഞ്ചിലുരുകുന്ന സഹനത്തിൻ കടലുകൾ
വേനലിൽ വറ്റാത്ത നീരുറവപോലെയെൻ
ഉറ്റവർക്കായ് മണൽക്കാട്ടിൽ വന്നുഴലവേ.

ഒരായുസ്സുമുഴുവൻ തൻ രുധിരം വിയർപ്പാക്കി
പുത്രകളത്രാദി സൗഖ്യങ്ങൾ കാംക്ഷിച്ച്
അകതാരിൽ നിത്യവും നുരയുന്ന ദുഃഖങ്ങൾ
ആരോരുമറിയാതെ ഉള്ളിലൊതുക്കി ഞാൻ.

കാലപ്രയാണത്തിൽ ചിറകു തളർന്ന നാൾ
വീണുപോയ് വ്യാധികൾക്കറുതിയൊട്ടില്ലാതെ
ഉടയവർക്കർപ്പിച്ച പ്രാണനും പ്രജ്ഞയും
നഷ്ടമായ് തീർത്തെന്റെ തേജസ്സുമോജസ്സും.

മോഹിച്ചു പണിതൊരാ ഗേഹത്തിലൊരുദിനം
ശാന്തിയോടന്തിയുറങ്ങാൻ കൊതിച്ചെത്തവെ
നിർദ്ദയം ആട്ടിയിറക്കി പുത്രാദികൾ
സ്വാർത്ഥമോഹങ്ങളെ പ്രണയിച്ച പത്നിയും.

സ്തബ്ധനായേവമെൻ ഉയിരും വിയർപ്പുമി-
ന്നന്യമായ് പോകയോ, എൻ കൂടും കിടാങ്ങളും?
ഹൃദയം തകർന്നുപോയ്, കനവും പ്രതീക്ഷയും
കൂടില്ല, കുടിലില്ല, കൂട്ടിനായ് മറുകിളിയില്ല.

•

പൊയ്മുഖം

പകലിൻ തിരശ്ശീല താഴുന്നതിൻ മുന്നേ
ആടിത്തിമിർക്കുന്നുണ്ടായിരം പൊയ്മുഖം
ഇതര വേഷങ്ങളിൽ, ഭാവഭേദങ്ങളിൽ
വ്യർത്ഥമാം വാഗ്ദാന കപട നടനങ്ങളിൽ.

ഭ്രാന്തമായലയുന്ന ജീവിത പന്ഥാവിൽ
ഭാരമായ്ത്തീരുന്നു ബന്ധങ്ങൾ മൂല്യങ്ങൾ
മിഥ്യയാം സ്നേഹത്തിൻ മാസ്മര വലയത്തിൽ
മെനയും നിഗൂഢമാം തന്ത്രം ജയിക്കുന്നു.

വിശ്വാസമെന്ന മേൽക്കുപ്പായമിട്ടുകൊ
ണ്ടിരുളിന്റെ മറവിൽ മണംപിടിച്ചെത്തുവോർ
മനസ്സിൻ കറുപ്പിനെ മറക്കും മുഖം കൊണ്ട്
പറയാൻ ശ്രമിക്കുന്നതലിഖിത നിയമങ്ങൾ.

ഹൃദയത്തിൽ പ്രണയമഴ പെയ്യിച്ച തോഴന്റെ
മൗനത്തിനർത്ഥം തിരഞ്ഞപ്പോളഴിയുന്നു
ചിറകറ്റ പ്രണയത്തിൻ മറവിൽ ചതിക്കുന്ന
തീരാത്ത നോവിൻറെ, നിറവാർന്ന പൊയ്മുഖം.

വിഷമൂറും വാക്കുകൾ, നോട്ടങ്ങൾ, ചേഷ്ടകൾ
അറിയേണം കാപട്യമൊഴുകും നിലങ്ങൾ
ഉൾക്കണ്ണിലാർദ്രമാം ചിന്തതൻ തീനാളം
ഉണർത്തട്ടെ നന്മമുഖങ്ങൾ ഹൃദയങ്ങളിൽ.

•

നീയറിയില്ല

നീയറിയില്ല,
എൻ ഹൃദയത്തിൻ പളുങ്കുഭിത്തികളിൽ
ഊർന്നിറങ്ങുന്ന ചുടുനിണത്തിന്റെ ഗന്ധം
അവഗണന എരിഞ്ഞമരും തീച്ചൂളകളിൽ
നിന്ദതൻ തീവ്രമാം തിക്തതയിൽ
അനുദിനം അൽപ്പാൽപ്പം നീ കോറിയിട്ടൊരാ
ഒരിക്കലും ഉണങ്ങാത്ത മുറിവുകളാണവ.

നീ, നീയല്ലാതാകുന്നോരഭിശപ്ത നിമിഷങ്ങളിൽ
സ്വയം മറന്നമറുന്ന നിൻ ധാർഷ്ട്യജല്പനങ്ങളിൽ
ഒരു കൊടും ഖഡ്ഗത്തിൻ മൂർച്ചയെ വെല്ലുന്ന
വികടമാം വാക്ശരങ്ങൾ പെയ്തുതോർന്നീടുമ്പോൾ
അറിയില്ല നീ, സ്വയം അടിയറവു വെയ്ക്കുന്ന നിൻ
വ്യക്തിപ്രഭാവത്തിൽ പടരുന്ന പാഴ്മണം.

ജീവിതപന്ഥാവിൽ നിഴലായ നീയെന്നെ
ആൾക്കൂട്ട മധ്യത്തിൽ ഒറ്റപ്പെടുത്തുമ്പോൾ
പ്രാരബ്ധക്കടലിന്റെ ആഴക്കയങ്ങളിൽ
ഏകാകിയായ് ഞാൻ നീന്തിക്കരേറുമ്പോൾ
നീയറിയില്ല, നിശ്ശബ്ദമെന്നന്തരംഗങ്ങളിൽ
ആഴത്തിലേൽക്കുന്ന മുറിവിന്റെ നീറ്റലുകൾ.

മൗനം കുഴച്ചു നീ മെനയുന്ന ചിന്തകൾ
അകലങ്ങൾ തീർത്തിരുകര തേടിയൊഴുകവേ
പിടയുന്നെൻ പ്രാണനിൽ നുരയുന്ന നോവുകൾ
പാതി പകുക്കാതെ പഴിചാരിത്തളരുമ്പോൾ
നീയറിയില്ല, എൻ ഹൃദയതന്തുക്കളിൽ
ചിതറിത്തെറിക്കുന്നൊരാ നഷ്ടസ്വപ്നങ്ങളെ..

നാൽചുമരിനുള്ളിലിരുൾമൂടും ഇരുഹൃദയങ്ങൾ
സ്നേഹനീരുറവ തീണ്ടാതൊന്നുചേർന്നീടുമ്പോൾ
നീയറിയില്ല, വിരക്തിതൻ തമോഗർത്തങ്ങളിൽ
ഉഴലുന്ന മനസ്സിന്റെ മരവിച്ച സ്പന്ദനങ്ങൾ.
ചാരത്തുറങ്ങീടുന്നൊരീ ദേഹി തന്നുള്ളിലെ
ആത്മസംഘർഷത്തിൻ ജ്വാല നീയറിയില്ല.

ഇന്നു നീയധിപനായ് വാഴും ഇടത്തിലെ
കൽത്തൂണിലെൻ വിയർപ്പിന്റെ ഗന്ധം വമിക്കുമ്പോൾ,
ഒന്നുമില്ലായ്മയിൽ നിന്നു നീ ആർജ്ജിച്ച
സൗഭാഗ്യസൗകുമാര്യങ്ങൾ ഔദാര്യമായ്ത്തീരുമ്പോൾ
സ്വയമേവ അറിയണം മനഃസാക്ഷിയുണരണം
നീ ചേർത്ത ബന്ധത്തിൻ സ്നേഹവായ്പ്പറിയണം.

•

ഇഷ്ടം

എന്തിനു വേണ്ടിയെന്നറിയാത്തൊരിഷ്ടം
എല്ലാത്തിനോടുമായ് തോന്നാത്തൊരിഷ്ടം
ഹൃദയത്തിന്നറകളിൽ ഗൂഢമായ് സൂക്ഷിപ്പൂ
ആരോടും മൊഴിയുവാനരുതാത്തൊരിഷ്ടം

ചിലനേരം ചിലരോടായ് തോന്നുന്നൊരിഷ്ടം
ഉള്ളം കുളിർപ്പിച്ചു പെയ്യുന്നു സ്പഷ്ടം
നെഞ്ചിലെ നിശ്ശബ്ദ കൊഞ്ചലായ് എന്നും
ഹൃദയത്തിൽ ചേർത്ത് നടക്കുവാനിഷ്ടം

ഒളികണ്ണാൽ ഒരുനോക്കു കാണുവാനിഷ്ടം
മൗനമായ് കണ്ണിണകൾ കടാക്ഷിക്കുവാനിഷ്ടം
ഉള്ളു പൊള്ളാതെ ഉരിയാടുവാനിഷ്ടം
ഉണ്മയാൽ നിൻ മൊഴികൾ കേൾക്കുവാനിഷ്ടം

ഊണിലുറക്കത്തിൽ അറിയാതെ വന്നെന്നെ
തഴുകിത്തലോടുന്ന തെന്നലായ് നിത്യം
ആരോരുമറിയാതെൻ മനസ്സിൻ കിളിവാതിൽ
പാതി തുറന്ന് നീ ചേക്കേറിയ സത്യം

ഏകാന്തമെൻ ചിന്തകളിലനുവാദം കാക്കാതെ
അലിവോടെ വന്നെത്തും നിന്നോർമ്മകൾക്കൊപ്പം
അറിയാതെ പറയാതെ യാത്രികയാവുമ്പോൾ
അത്രമേൽ സാമീപ്യം നിൻ മൂകമാം സ്പർശം

കാലിൽ കുരുക്കിട്ടൊരെൻ ചങ്ങലപ്പൂട്ടുകൾ
പൊട്ടിച്ചെറിഞ്ഞു നിന്നൊപ്പം നടക്കുവാൻ
അറിയില്ലെന്നകതാരിൽ തോന്നുന്നൊരിഷ്ടം
വെറുതേയൊരിഷ്ടമോ, അരുതാത്ത പ്രണയമോ!

•

വിരഹം

തീരാത്ത വിങ്ങലിൽ ഹൃദയം നുറുങ്ങുമ്പോൾ
സ്മൃതിയിൽ മൃദുസുസ്മിതം ഗദ്ഗദം തീർക്കുന്നു.
അറിയുന്നു വേർപാട് തീർക്കുമാ ശൂന്യത
ആത്മാവിൽ അഗ്നിസ്ഫുലിംഗങ്ങളുതിർക്കുന്നു.

മണ്ണിലേക്കടരും മഴത്തുള്ളിക്കറിയില്ല
വ്യഥ പൂണ്ട മുകിലിന്നന്തർഗതങ്ങൾ
പൂനിലാ ചിരി തൂകും ചന്ദ്രിക മായുമ്പോൾ
ഉരുകും നിശീഥിനിതൻ വിരഹമാരറിയുന്നു.

മഴ പെയ്തു കുളിരുന്ന മണ്ണിൻ മനോരഥം
അറിയില്ല, വെയിലിന്റെ പൊള്ളും പരിദേവനം
ഇരുട്ടിന്റെ കനിവിൽ വെളിച്ചത്തെ വേൾക്കുന്ന
നിഴലിന്റെ കണ്ണീർക്കണങ്ങളാരറിയുന്നു.

വീടിൻ വിളക്കായ് ജ്വലിച്ചൊരെന്നച്ഛന്റെ
ഓർമ്മകൾ ഒറ്റപ്പെടുത്തുന്ന തീരത്ത്
മനസ്സിന്റെ മറുകോണിൽ വെന്തെരിഞ്ഞീടുന്ന
സ്വപ്നങ്ങളെവിടെ നിമഞ്ജനം ചെയ്യണം.

ഒരു ജന്മമത്രയും എഴുതി ഞാൻ വച്ചൊരു
കദനകാവ്യത്തിന്റെ പൊരുൾ തേടിയലയവെ
അറിയുന്നിന്നേകയായ് അകലങ്ങൾ താണ്ടുവാൻ
സഹയാത്രികരായെന്റെ കനവും പ്രത്യാശയും.

•

നീയില്ലാതെ

നിലയ്ക്കാതെ പെയ്യും തുലാവർഷ രാത്രിയിൽ
നിൻ വിരഹതാപത്തിലെൻ മിഴിനീർക്കണങ്ങൾ
നീ തീർത്ത സ്മൃതികൾ തന്നോളപരപ്പിലായ്
നീഹാര ബിന്ദുപോലിറ്റിറ്റു വീഴവേ.

നിനക്കായ് നിലാവത്ത് നിഴൽ വീണ വഴികളിൽ
നിദ്രാവിഹീനയായലഞ്ഞൊരാ രാവതിൽ
നിനയ്ക്കാതെ നീ ചേർത്ത പ്രണയത്തിൻ തന്ത്രികൾ
നിലയ്ക്കാത്ത രാഗമായ് മീട്ടി, നീയില്ലാതെ.

നിറദീപമായ് നീയെന്റെ പ്രണയ സ്വപ്നങ്ങളിൽ
നിന്നോർമ്മകൾ വിഹരിക്കും ഉൾപ്പൂവിന്നറകളിൽ
നീണ്ട മൗനത്തിന്റെ തടവറയ്ക്കുള്ളിൽ ഞാൻ
നിറമിഴികളോടെ വിതുമ്പി, നീയില്ലാതെ.

നിണമെഴും സ്മരണകൾ എന്നെ തളർത്തുമ്പോൾ
നിന്നസാന്നിദ്ധ്യം നിരാലംബയാക്കുമ്പോൾ
നികത്തിടാനാവാതെൻ പ്രാണന്റെ ചില്ലകൾ
നിശ്ശബ്ദമെരിയുന്നു, അരികിൽ നീയില്ലാതെ.

•

നഷ്ടമായ നാട്ടുവഴികൾ

കരിയിലകൾ കഥപറയുമിടവഴികളെവിടെയോ
കാലത്തിൻ കൈകളിൽ കനവുകൾ മാത്രമായ്
കളിചിരികൾ മാഞ്ഞുപോയ് വളകിലുക്കങ്ങളും
കഥനങ്ങൾ പേറുന്ന പദനിസ്വനങ്ങളും

കുളിർക്കാറ്റ് തഴുകുന്ന മാമരച്ചില്ലകളിൽ
കൂട്ടുകൂടാൻ വരും കിളികൾതൻ കൂജനം
കാതുകളിൽ കിന്നാരമോതുന്ന പുൽച്ചെടി-
ക്കിടയിലൊളിക്കും മഷിത്തണ്ടിൻ മൊഴികളും

കണ്ണുകൾ കഥപറയും കൗമാരപ്രണയങ്ങൾ
കൈകോർത്ത് ഹൃദയങ്ങൾ കൈമാറുമിടവഴി
കൊന്നകൾ പൂക്കുന്ന പാതയോരങ്ങളിൽ
കുട്ടിയും കോലും കളിച്ചൊരാ സന്ധ്യകൾ

കയ്യാലയ്ക്കപ്പുറം കൊതിയൂറും മാമ്പഴം
കയ്യെത്തും ദൂരത്ത് കാറ്റോട് കെഞ്ചുമ്പോൾ
കള്ളിമുൾ വേലിപ്പടർപ്പുകൾ നോക്കാതെ
കരണം മറിഞ്ഞത് കൈക്കലാക്കീടുന്നതും

കനിവിന്റെ മഴചാറുമിടവഴികളൊരുവേള
കളകളം പാടുന്നൊരരുവിപോലൊഴുകവേ
കരളിലൊളിപ്പിച്ചൊരഴലിന്നുരുക്കങ്ങൾ
കരിമഷിക്കണ്ണിലൂടൊഴുകുമെന്നോർമ്മകൾ

•

അസ്തമയങ്ങൾക്കപ്പുറം

എരിയുന്ന പകലിൻ തിരോധാനം തീർക്കുന്ന
ശോണിമയിലർക്കന്റെ കണ്ണീർക്കണങ്ങൾ
ആഴിപ്പരപ്പുകളിൽ ആർദ്രമായലിയവെ
ഇന്നിന്റെ നെറികേടിലുരുകുന്നു നേർസാക്ഷി

അസ്തമയമൊന്നിനുമവസാനമല്ലെന്ന
ശ്രേഷ്ഠമാം സത്യങ്ങൾ കാതിൽ മുഴങ്ങുമ്പോൾ
അസ്തമയങ്ങൾക്കുമപ്പുറം വിടരുന്ന
വിസ്മയങ്ങൾക്കായ് നാം കൺപാർത്തിരിക്കുന്നു

അസ്തമയങ്ങൾക്കുമപ്പുറം ഇരവിന്റെ
മറവിലായ് കുടിലതകൾ സടകുടയും നേരത്ത്
കത്തുന്ന വയറിന്റെ കാഹളധ്വനികളാൽ
ഇമചിമ്മാതുഴറുന്നുണ്ടശരണർ ചാരത്ത്

പിന്നിട്ട പകലിന്റെയോർമ്മകൾ തളർത്തുമ്പോൾ
ഇരുൾ വീണൊരാകാശം മൗനം ഭജിക്കുമ്പോൾ
രാത്രിതൻ യാമങ്ങൾ ദ്രുതഗതിയിലൊഴുകവേ
നിറച്ചാർത്തണിഞ്ഞെത്തും പുത്തൻ പുലരികൾ

അസ്തമയങ്ങൾക്കുമപ്പുറം ഇഴ ചേർന്ന
പ്രത്യാശതൻ കിരണങ്ങൾ തഴുകിയുണർത്തുമ്പോൾ,
കൈകോർത്തിടാം മണ്ണിനും വിണ്ണിനും പെണ്ണിനും
കാവലായ് നന്മതൻ നിഴലുകൾ തുന്നിടാം.

•

ഞാൻ കറിവേപ്പില

പൂർണ്ണത തേടുമാ രുചിഭോജനത്തിന്റെ
അവിഭാജ്യമായ് നീറും അഹോരാത്രമെങ്കിലും
ഒടുവിലായ് നക്കിത്തുടച്ചു തുപ്പുന്നൊരു
പാഴ്ജൻമം, വ്യർത്ഥമാം വേപ്പിലയിന്നു ഞാൻ.

ഇന്നെന്റെ നീരൂറ്റിയ മണവും ഗുണങ്ങളും
രസമുകുളങ്ങളെ തൊട്ടുണർത്തീടുമ്പോൾ
അറിയണം നിശ്ചയം, നിണം വറ്റി നിറം മങ്ങി
ഒരു ജന്മം വെന്തുരുകി തീർക്കുന്ന ത്യാഗങ്ങൾ.

ഞാൻ പകരും സ്നേഹസുഗന്ധങ്ങൾ ജീവനിൽ
നീ തേടുമർത്ഥതലങ്ങൾ നിറവേറ്റുകിൽ
പരിഭവമോതി ഞാൻ മാറിനിൽക്കില്ലെന്റെ
നിശ്ശബ്ദ സാന്നിധ്യം, അവഗണനയേൽക്കിലും.

ഒരുവേള ഉച്ഛിഷ്ടമായ് മണ്ണിലലിയുവാൻ
വിധി നിയോഗം നീട്ടും വേഷപ്പകർച്ചയിൽ
മറ്റുള്ളവർക്കായ് നിറഞ്ഞാടിത്തീർക്കുന്ന
ജീവിതം എത്ര നിരർത്ഥകം ഉലകിതിൽ.

സ്വാർത്ഥതയിലമരുന്ന സ്വന്തബന്ധങ്ങൾ തൻ
ജീവിച്ചിരിക്കുന്നൊരാത്മാക്കൾ പോലിന്ന്
ജീവിത പന്ഥാവിലേകാന്ത പഥികരായ്
എറിയപ്പെടുന്നെത്ര ജന്മങ്ങൾ ചുറ്റിലും.

•

ഒരു പ്രഭാതചിത്രം

രാവിന്റെ അന്ത്യയാമങ്ങൾക്ക് വിടചൊല്ലി
രാവിലെയുയരുന്ന ശ്രീരാമ കീർത്തനം
പതിയെയെൻ കർണ്ണങ്ങൾ തഴുകിയുണർത്തുമ്പോൾ
പകലോന്റെ കിരണങ്ങൾ മിഴിതുറന്നീടുന്നു.

കുളികഴിഞ്ഞീറനുടുത്തു വന്നെത്തുന്ന
കന്യപോൽ നാണം കുണുങ്ങും പ്രകൃതിയും
കുളിരിന്റെ കുപ്പായമിട്ട് വന്നെത്തുന്ന
ഇളംകാറ്റിൽ തലയാട്ടി വിടരുന്ന പൂക്കളും.

പുൽക്കൊടിത്തുമ്പിലെ നീഹാരബിന്ദുക്കൾ
പുലരിതൻ ശോഭയിൽ പ്രഭാപൂരമാകവേ
ചായങ്ങൾ ചാലിച്ചൊരാകാശ വീഥിയിൽ
ചിലയ്ക്കുന്നു പറവകൾ കളകളം പാടുന്നു.

അങ്ങേപ്പുറത്തമ്മ അലിയുന്നു പുകയിലായ്
പ്രാതലിൻ പ്രാരംഭ ചിട്ടവട്ടങ്ങളിൽ
ചുടുചായയ്ക്കൊപ്പം നുകരുവാൻ തിണ്ണമേൽ
ചൂടുള്ള വാർത്തകൾ ചുരുൾകെട്ടിലുറങ്ങുന്നു.

കിഴക്കിന്റെ വിരിമാറിലുണരും പ്രഭാതത്തിൽ
പുത്തൻ പ്രതീക്ഷകൾ പൊൻപ്രഭ തേടുന്നു
നിസ്വാർത്ഥ ജീവിതം തുടരാം പരസ്പരം
ഓരോ പ്രഭാതവും ഓരോ തുടക്കമായ്.

•

ലക്ഷ്യം പിഴക്കാതെ

പെണ്ണായ് പിറന്നു ഞാൻ, ചുറ്റിലും നീരസം
പത്തിവിടർത്തിക്കൊണ്ടാഞ്ഞു കൊത്തുമ്പോഴും
ജീവിതത്തീച്ചൂളതൻ നടുവിലൊരു കനലായ്
പെണ്ണിന്റെ ജീവിതം പന്താടിടുമ്പോഴും

ഉള്ളിൽ തിളച്ചു തൂവുന്നൊറ്റ ലക്ഷ്യമീ
മണ്ണിതിൽ പെണ്ണിൻ കരുത്തറിയിക്കണം
പെണ്ണെന്ന് പഴിചൊല്ലി പരിഹസിച്ചവർ തന്റെ
മുന്നിൽ മതിപ്പിൻ വിളക്കായ് ജ്വലിക്കണം

മുന്നിലനന്ത വിശാലമായ് നീളുന്ന
ജീവിത പാതകൾ കാഠിന്യമേറവേ
തളിരിട്ട മോഹങ്ങൾ തനുവോട് ചേർത്തങ്ങ്
അശ്രാന്തം പരിശ്രമിച്ചേറെ മുന്നേറവേ

പിന്നിൽ നിന്നമ്പെയ്തു വീഴ്ത്തിടാൻ വെമ്പിയ
സമ്പർക്കബന്ധങ്ങൾ അമ്പേ തളർന്നുപോയ്
കൺമുന്നിലേറുന്ന പ്രതിബന്ധമൊക്കെയും
നിശ്ചയദാർഢ്യത്തിൻ മുന്നിലലിഞ്ഞുപോയ്

ഊഴിയിൽ ദാനമായ് കിട്ടിയ ജീവിതം
പാഴായിടാതെ കരേറാൻ കുതിച്ചു ഞാൻ
ഇന്നെന്റെ ലക്ഷ്യത്തിനുന്നതി നേടിയെൻ
കർമ്മപഥങ്ങളിൽ ചുവടുറപ്പിക്കട്ടെ.

•

അസ്തമിക്കുന്ന സ്വപ്നങ്ങൾ

ഇന്നീ ധരിത്രിയിൽ എത്രയോ ജന്മങ്ങൾ
സ്വപ്നങ്ങളസ്തമിച്ചുഴലുന്നു ചുറ്റിലും
നല്ലൊരു നാളെതൻ പ്രത്യാശയുൾക്കൊണ്ട്
നെയ്തുകൂട്ടിക്കണ്ട സ്വപ്നങ്ങൾ അടരുന്നു.

വെട്ടിപ്പിടിക്കുവാൻ ആശിച്ച മർത്യനോ
കൈവിട്ട കർമ്മങ്ങൾ ചെയ്യാൻ കുതിക്കുന്നു
ആകസ്മികങ്ങളിൽ താളം പിഴയ്ക്കുമ്പോൾ
കെട്ടിപ്പടുത്ത കിനാക്കളും ചിതറുന്നു.

അതിജീവനത്തിന്റെ മാറാപ്പ് പേറി നാം
കൊതിയോടെ മറുകരയെത്തിടാൻ വെമ്പുന്നു
സഹനത്തിൻ ഉഷ്ണക്കാറ്റേറ്റു മരുഭൂവതിൽ
സ്വപ്നം ത്യജിച്ചവർ മൃതിയായ് മടങ്ങുന്നു.

കണ്ണിലെ കൃഷ്ണമണിപോൽ കാത്ത മക്കളും
കൺമുന്നിൽ ദൂഷ്യങ്ങൾക്കടിമപ്പെട്ടകലവെ
തകരുന്നൊരാകാശക്കോട്ട തൻ കീഴിലായ്
മനമുരുകി തേങ്ങുന്നതെത്രയോ ജീവിതം.

മണ്ണിന്റെ മക്കൾതൻ ദുര തീർത്ത പ്രജ്ഞയിൽ
വ്യാധിയായ് പ്രളയമായ് പ്രകൃതിതൻ താണ്ഡവം
തിരികെയെടുത്തെത്ര പ്രാണനുകൾ നിർദ്ദയം
ദുർവിധിയിൽ പാതിയുപേക്ഷിച്ച കനവുകൾ.

•

വാക്ക്

ഒരു പദത്തിനുമപ്പുറം അർത്ഥവും വ്യാപ്തിയും
ആഴത്തിലൊളിപ്പിച്ചൊരക്ഷരക്കൂട്ടുകൾ
വാക്കെന്ന് ചൊല്ലി നാം ഉച്ചരിക്കും മുൻപേ
അറിയേണമൗന്നിത്യം, വാക്ക് വെറും വാക്കല്ല.

വായ് മൊഴിയിലായാലും വരികളിലായാലും
ഊമതൻ ഭാഷയാം ആംഗ്യത്തിലായാലും
വാക്കിൻ പ്രഭാവം, അതേല്പിക്കും പ്രഹരങ്ങൾ
ചിന്തിതമായ് ചന്തമോടെ കൈക്കൊള്ളണം.

സന്തോഷ വാക്കുകൾ സാന്ത്വനമേകുമ്പോൾ
സന്താപത്തീമഴ പൊഴിക്കും മറുവാക്കുകൾ
ജീവിതക്കടലിന്റെ നീർച്ചുഴിയിലുഴലുമ്പോൾ
പ്രത്യാശയേകുന്നു സ്നേഹ വചസ്സുകൾ.

മധുരം കിനിയുന്ന വാക്കിന്റെ പിന്നിലും
പതിയിരിക്കാം ചതിക്കുഴികൾതൻ ദംഷ്ട്രകൾ
വാക്കിന്റെ വേലിയേറ്റങ്ങളിൽ തകരുന്നു
സ്നേഹബന്ധങ്ങൾതൻ ആഴിപ്പരപ്പുകൾ.

വാക്കുകൾ ജീവനിൽ അമൃതമായൊഴുകണം
വാക്കുകൾ മാറ്റത്തിൻ തീജ്വാല തീർക്കണം
വാക്കിന്റെ സത്യവും വാക്കിൻ മഹത്വവും
വ്യതിചലിച്ചീടാതെ വ്യക്തിത്വം കാക്കണം.

•

സംഗീതം

സപ്തസ്വര രാഗ താള ലയ സമന്വയേ
ശ്രവ്യ സുന്ദരമായ് പൊഴിക്കുന്ന നാദങ്ങൾ
സർവ്വ ചരാചര വികാര വിചാരങ്ങൾ
സംജാതമാക്കീടും ശ്രുതിലയ സമ്മേളനം.

ഓംകാര നാദമാം പ്രണവ മന്ത്രത്തിന്റെ
ശബ്ദ പ്രവാഹം തുറന്നിട്ട വിസ്മയം
അറിയാനടുക്കുകിൽ അനന്തമായൊഴുകുന്ന
ആഴിപരപ്പുപോൽ സങ്കീർണ്ണം, സംഗീതം.

അമ്മപ്രകൃതി തൻ ലാളനമേൽക്കുമ്പോൾ
അറിയുന്നുണ്ടഖിലവും സാന്ദ്രമാം സംഗീതം
അരുവിതൻ സംഗീതം കുരുവിതൻ സംഗീതം
പ്രണയത്തിൽ വിരഹത്തിൽ പൂക്കളിൽ സംഗീതം.

രോഗഗ്രസ്ഥങ്ങളാം മർത്ത്യ മനസ്സിനെ
മാറ്റിയെടുക്കുമൊരൗഷധം സംഗീതം
വെറുപ്പിന്റെ വാതായനങ്ങൾക്ക് പൂട്ടിട്ട്
സ്നേഹകരസ്പർശനം നൽകുന്നു സംഗീതം.

സംഗീതമേകുന്നൊരനുഭൂതി നുകരുമ്പോൾ
വാക്ദേവി ചൊരിയുന്നൊരനുഗ്രഹം പോലെ
ഹൃദയത്തിന്നുള്ളറയിൽ ഊളിയിട്ടെത്തി
ഉറങ്ങും മനസ്സിനെ തൊട്ടുണർത്തീടുന്നു.

•

കൂടൊഴിയുമ്പോൾ

ക്ഷമാപണമല്ലിത്, പക്ഷെ ആവതിലിന്നെനി-
ക്കോതുവാൻ ഒരു വാക്കിലൊരു യാത്രാമംഗളം.
ഒരു നാളിലൊരു വേള എങ്ങുനിന്നോ, പറ-
ന്നെത്തി നാം ഇര തേടി ഈ മരച്ചില്ലയിൽ
ജന്മഗേഹം വിട്ടു ദൂരങ്ങൾ താണ്ടി നാം
കാടും മലകളും പുഴകളും പൂക്കളും.

ഒരു വാക്കിലൊരുനോക്കിലൊരേകാന്ത യാമത്തിൽ
അറിയാതടുത്തു പിന്നാത്മ മിത്രങ്ങളായ്
ദിനരാത്രമോരൊന്നകന്നുപോയ്, കൺചിമ്മി
മിഴിയുന്ന മാത്രപോൽ സുദൃഢമായ് സൗഹൃദം
തമ്മിലറിഞ്ഞു നാം കൈമാറിയന്യോന്യം
സുഖദുഃഖ നിമിഷങ്ങൾ ആശയഭിലാഷങ്ങൾ.

വെയിലുപെയ്യുന്നൊരാ വേനലിൽ,
ഇലകൾ പൊഴിഞ്ഞൊരാ ചില്ലയിൽ
നാളെയുടെ സ്വപ്നങ്ങൾ നെയ്തു നിറമേകി നാം
ഒന്നായ് കൊതിച്ചൂ വസന്തവും ശിശിരവും.
ഒരുദിനം പോലുമുണ്ടായില്ല തമ്മിൽ നാം
വേർപിരിയാവേള ഇക്കാലമത്രയും.

ഇന്ന് നീ വെമ്പുന്നു എന്നെ വെടിഞ്ഞുപോയ്
കൂടൊന്നു കൂട്ടുവാൻ ദൂരെയാൽ വൃക്ഷത്തിൽ.
പുത്തൻ പ്രതീക്ഷകൾ കൊണ്ട് നീ നെയ്യുന്ന
സ്വപ്നത്തിനൂടും പാവും കൊരുത്തിന്ന്,
അറിയൂ നീ അകലുമ്പോൾ മുറിയുന്നെൻ ഹൃദയത്തി-
ലിഴ ചേർത്ത് നാം വച്ചൊരാത്മാവിൻ തന്ത്രികൾ.

നിൻ ജീവ രേഖയിൽ വന്നണഞ്ഞെത്തുന്ന
പുതു വസന്തത്തിന്റെ വർണ്ണ ചിത്രങ്ങളിൽ
നല്ലൊരു നാളെകൾ ചിറകു വിരിച്ചെത്തി
നിൻ വഴിത്താരകൾ ധന്യമായ് തീരട്ടെ.
ഒരു പിൻവിളിക്കായ് കാത്തുനിൽക്കാതെ, ഞാൻ
നൽകുന്നെന്നാർദ്രമാം ഹൃദയ പുഷ്പങ്ങൾ.

•

ഭൂമി വിലപിക്കുന്നുവോ?

(വായുമലിനീകരണത്തിൽ വീർപ്പുമുട്ടുന്ന
ഡൽഹിയിലെ അവസ്ഥ ഓർത്ത് എഴുതിയത്)

ഇതോ, ഇന്ന് ഭൂമി?
എൻ ചുടുനിശ്വാസ കാറ്റലിഞ്ഞൊഴുകുന്ന
ജീവിത ഗന്ധം തുടിക്കുമീ മണ്ണ്.
ഇന്നെത്ര വിഷമയം, വായുവിൽ പടരുന്ന
പുകമറ തീർക്കുന്നു ജീവിതം ദുസ്സഹം.
ചുട്ടുപൊള്ളുന്നൊരു വേനലിൻ കാഠിന്യ-
മേറേ തളർത്തുമ്പോളൊന്നു തലോടുവാൻ,
മണ്ണിൻ മണം പേറി തട്ടിയുണർത്തുവാ-
നെത്തുന്ന കാറ്റിന്ന് മൂകയായ് നിശ്ചലം.

പുലരിയിൽ കളകളം പാടിപ്പറന്നു-
പരാഗണം ചെയ്യും കിളികളദൃശ്യമായ്.
മാരത്തോൺ പോലെ കുതിക്കുന്ന ശകടങ്ങൾ
ഊതി വിടുന്നൊരാ കാർബണും ധൂമവും.
ഫാക്ടറികൾ തുപ്പും കരിയും പുകയും
മലീമസമാക്കും, പരിസ്ഥിതി പ്രാന്തങ്ങൾ.
നിഷ്കരുണമങ്ങിങ്ങെറിയും പാഴ്ക്കൂടകൾ
പങ്കിലമാക്കും തെരുവുകളരുവികൾ.

വീടുവിട്ടൊന്നു പുറത്തിറങ്ങി ചെല്ലാൻ
ഭീതി തീർത്തീടും വിഷപ്പുക ചുറ്റിലും.
കണ്ണുകൾ നീറുന്നു, പ്രതിബന്ധമേറെയു-
ണ്ടുച്ഛ്വാസ വായുവൊന്നുള്ളിലെടുക്കുവാൻ.
അവിരാമകാസം കിതയ്ക്കുന്നു മേനിയും
ശ്വാസനിശ്വാസം നിലയ്ക്കും പ്രതീതിയിൽ.
മരമൊരു വരമെന്നു പാടി പഠിച്ച നാം
ഓർത്തില്ലൊരീ വിഷം ചീറ്റും മരീചിക.

മലിനമാം ഭൂമിയിൽ വറ്റുന്നു നീരുറവ
വേഴാമ്പലായ് കേണു വരളും പുഴകളും.
പെയ്യാതറച്ചു നിൽക്കുന്നൂ മഴത്തുള്ളി
കോൺക്രീറ്റ് പാകി പടുത്ത നിലങ്ങളിൽ.
ജലകണമൊഴുകുന്ന മണ്ണിന്റെ ഗന്ധവും
അന്യമായ് തീരുന്നു കാറ്റിൻ വിശുദ്ധിയും.
പച്ചപ്പുകൾ തേടി പായും പ്രകൃതീ നിൻ
പരിണാമമിന്നെത്ര പരിതാപമോർക്കുമ്പോൾ.

•

കാറ്റിനോട്

എന്തേ നിനക്കിത്ര മൗനമെൻ തെന്നലേ?
കണ്ണിൽ നിന്നിറ്റിറ്റു വീഴും കണങ്ങളിൽ
പതിവിലും പരിതാപമേറെ, തളർത്തിയോ
നിർദ്ദയം കണ്മുന്നിലാടുന്ന ചെയ്തികൾ ?

മനുഷ്യത്വം മരവിച്ച മനുഷ്യർ കിതയ്ക്കുന്നു
സ്വാർത്ഥമോഹങ്ങൾക്കു പുറകേ കുതിയ്ക്കുന്നു.
നൊന്തു പെറ്റിട്ട പൊൻമക്കൾ വഴിയോരത്ത്
രാഷ്ട്രീയ വീരതയ്ക്കിരകളായ് പിടയുന്നു.

പാലൂട്ടി താരാട്ടും മാലാഖ കൈകളോ,
കുഞ്ഞുശലഭങ്ങൾ തൻ ചിറകറ്റു വീഴ്ത്തുന്നു
മറുവശത്തമ്മതൻ കാമദാഹം തീർക്കാൻ
വാലാട്ടിയെത്തുന്ന ചെന്നായ്ക്കൾ മുരളുന്നു.

ബന്ധങ്ങൾ ബന്ധനമായ് മാറും ലോകത്ത്
കൊത്തിപ്പിരിയാൻ തിടുക്കപ്പെടുന്നതും
തായ്‌വേരറുത്തു നടചൊല്ലി പുറന്തള്ളും
രക്തബന്ധത്തിൻ തിരസ്ക്കരണമേറിയോ?

തെരുവുകളിൽപ്പെരുകും അനാഥബാല്യങ്ങൾതൻ
കദനവും കണ്ണുനീർ വറ്റിയ മിഴികളും
ഹൃദയം നുറുങ്ങിയോ, കണ്മുന്നിൽ കാഴ്ചയായ്
പശിയടക്കാൻ പൂകും എച്ചിൽ കൂമ്പാരങ്ങൾ.

സ്വാർത്ഥത പ്രണയത്തിൻ മുഖപടം തീർക്കുമ്പോൾ
അകലുന്നു, ഹൃദയബന്ധത്തിൻ പവിത്രത.
ഒടുവിലൊരു പകപോക്കലായ് മണ്ണിലമരുന്ന
പ്രാണന്റെ ചിറകടികൾ നിന്നെ തളർത്തിയോ ?

ധർമ്മത്തിൻ മീതെ അധർമ്മം വിരാജിക്കും
നാടിന്നധിപരാം രാഷ്ട്രീയ കിങ്കരർ
മാർഗ്ഗം മുടക്കിയോ, നൈർമല്യമൊഴുകും നിൻ
വഴികളിൽ കാലമതിൻ കൈവിലങ്ങിട്ടുവോ ?

•

മകളേ മാപ്പ്

(വാളയാറിൽ വാടിക്കരിഞ്ഞ ആ രണ്ടു പിഞ്ചുദളങ്ങൾക്ക്
നീതി നിഷേധിച്ചപ്പോൾ ഊർന്നുവീണ വരികൾ)

കേൾക്കുന്നു കാതിൽ നിരാലംബയായ് കേഴും
പെൺപൂവിന്നിതളുകൾ ഞെങ്ങിയമരുന്നുവോ?
മുഴങ്ങുന്നു രോദനം, ബധിരന്റെ കാതുകളി-
ലെന്നപോൽ, നിശ്ശബ്ദം കാറ്റിലലിയുന്നു.

പെയ്തു തീരാനില്ല കണ്ണുനീർ, അമ്മതൻ
നെഞ്ചിൽ കനൽ പാറും തീച്ചൂളയെരിയുന്നു.
നൊന്തുപെറ്റിട്ട പെണ്മക്കളെ കണ്മുന്നിൽ
ചീന്തിയ ചെന്നായ്ക്കളലറിയമറുന്നു.

കണ്ണുകൾ കെട്ടിയ നീതിപീഠത്തിന്റെ
കരളലിയിക്കുവാൻ 'തെളിവുകൾ' കാണണം.
രാഷ്ട്രീയ കിങ്കരർ നീതി നടപ്പാക്കും
രാഷ്ട്രത്തിൽ നീതി നിഷേധം, പ്രഹസനം.

കാമഭ്രാന്തിൽ കണ്ണ് കാണാതെ അലയും
നരാധമന്മാരോ, ഈ നാടിന്റെ ശാപം? അതോ,
പെണ്ണായ് പിറന്നൊരീ മണ്ണിന്റെ മക്കൾ തൻ
വിധിയോ, കൊഴിയുവാൻ വിടരുന്നതിൻ മുൻപേ.

എന്തിനും ഏതിനും മുറവിളികൂട്ടുന്ന
കപട സാഹിത്യ പ്രമാണിമാരെ, നിങ്ങൾ
മൗനം വെടിഞ്ഞു തവ മുഖപടം മാറ്റൂ
പ്രതികരിക്കൂ നീതി കൺ തുറന്നീടുവാൻ.

പണക്കൊഴുപ്പേറുമ്പോൾ സ്വാർത്ഥലാഭത്തിനായ്
നീതിപീഠത്തെ വിലക്കെടുക്കാൻ വെമ്പും,
പൗരപ്രമുഖർ വിലസുമീ മലനാട്ടിൽ
നീതി നടപ്പാക്കാൻ അണികളുണരേണമോ?

പെരുമഴ തോരാതലച്ചു പെയ്യുംപോലെ
ഇനിയെത്ര കണ്ണുനീർ പുഴകളൊഴുകീടണം?
ഇനിയൊരു മാതാവിൻ ഹൃദയം പിടയാതെ
കാത്തിടാം പെൺപൂക്കൾ വാടിക്കരിയാതെ.

•

മണൽക്കാറ്റിനും പറയുവാനുണ്ട്

(കോവിഡ് എന്ന മഹാമാരിയുടെ തുടക്കത്തിൽ ഇന്ത്യയിലേക്കുള്ള യാത്രാവിലക്കുകൾ നടമാടിയ സമയത്ത്, പ്രവാസഭൂമിയിൽ മരണപ്പെട്ട ആളുകളുടെ മൃതശരീരങ്ങൾ പോലും നാട്ടിലേക്കു എത്തിക്കാനുള്ള വഴിയില്ലാതെ ഈ മണലാരണ്യത്തിൽ തന്നെ അടക്കം ചെയ്യേണ്ടിവന്ന ആ ദിനങ്ങളിൽ എഴുതിയ കവിത.)

നെഞ്ചകം വെന്തു നീറിയീമണൽക്കാട്ടിൽ
സ്വപ്നങ്ങൾ പൂക്കും മരീചിക തേടി നാം
പ്രത്യാഗമനത്തിൻ പ്രത്യാശ തെളിയിച്ച്
നിറകണ്ണുമായന്ന് പടിയിറങ്ങിപ്പോകെ.

പ്രതിബന്ധമേറെ സഹിച്ചും ക്ഷമിച്ചും, തൻ
നാടിൻ നിലയ്ക്കാത്ത സ്പന്ദനമായ്ക്കൊണ്ട്
ജീവിതം ഹോമിച്ചു തീർക്കും പ്രവാസികൾ-
ക്കീവിധം നീതി നിഷേധിക്കുവതെന്തിനായ്?

ആയിരം സ്വപ്നങ്ങൾ കൂട്ടികിഴിച്ചിട്ടും
ആത്മദുഃഖം പേറും വൈതരണിയിലാഴുമ്പോൾ
കരകയറാനൊരുവേള കാലിട്ടടിക്കവേ
നീർച്ചുഴിയിൽപ്പെട്ടുപോം ഹതഭാഗ്യനറിയില്ല

ഉടയവരെവിട്ടീ മണൽക്കാട്ടിൽ പിടയുന്ന
പാവം പ്രവാസിതൻ പ്രാണന്റെ വിലവെച്ച്,
പേക്കൂത്തുകളാടുന്ന ഭരണതന്ത്രജ്ഞരേ
ആരുതന്നധികാരം മാർഗ്ഗം നിഷേധിക്കാൻ?

അവസാനശ്വാസം നിലച്ചുപോം യാത്രയിൽ
ആറടിമണ്ണിന്നവകാശം നിഷേധിക്കാൻ ?
ഈ മഹാമാരിയിൽ മാറ്റിനിർത്താൻ മാത്രം
അപരാധികളോയിവർ അപശകുനങ്ങളോ?

ഇന്ന് നീ വിരാജിക്കും വർണ്ണപ്പകിട്ടിൽ
പ്രബലമായുരുവിടും നാടിൻ പ്രബുദ്ധത,
കാട്ടേണം, നാടിൻ പ്രവാസികൾ പേറുന്ന
ദുരിതക്കയങ്ങളിൽ കാവലായി മാറിടാൻ.

കനവുകൾക്കൊരുവേള പൂർണ്ണത തേടി നാം
വീടുവിട്ടീമണൽക്കാട്ടിൽ വന്നണയുമ്പോൾ
അറിഞ്ഞില്ല, മടക്കവും സ്വപ്നമായ്ത്തീരുന്ന
നാളുകൾ മുന്നിൽ നീളുന്നിതനിശ്ചിതം!

എത്ര നരജന്മങ്ങൾ കേഴുന്നു നിത്യവും
ഗതിമാറിയൊഴുകുമൊരു ജീവിതവീഥിയിൽ
രോഗാതുരതയിൽ ചിറകറ്റുപോകുമൊ-
രശരണർ തേടുന്നു ബന്ധുജന സാന്ത്വനം.

നിയമവിരുദ്ധരായ് രാജ്യത്തിന്നൗദാര്യം
കാംക്ഷിച്ചു ജീവിതം തീർക്കുമോരഗതികൾ.
രാജ്യസമ്പത്തിന്റെ ഉറവയായ് തേടുന്ന
പാവം പ്രവാസികൾ പരിഹാസപാത്രമോ ?

സർവ്വരും ഉരുകിയൊലിക്കും നെരിപ്പോടിൽ
ആശതൻ കിരണത്തിൻ തിരികളുയർത്തിടാൻ
ആശ്രയമാവണം പെറ്റമ്മതൻ നയം
തിരികെവരും മക്കൾക്കവദാനമാവണം.

•

സ്നേഹവീട്

കൂടുമ്പോൾ ഇമ്പം വിതയ്ക്കും കുടുംബത്തെ
ചേർത്തുപിടിച്ചൊപ്പമൊഴുകും കുടുംബിനി.
അവിടെ, പുത്രകളത്രാദികളാഹ്ളാദമാരവം
കാലത്തിൻ കൈകളിൽ എഴുതും മഹാകാവ്യം.

സ്നേഹത്തിൻ കൈവരി ബന്ധിച്ച ഗേഹത്തിൽ
തെറ്റുകുറ്റങ്ങൾ ക്ഷമാപണമോതുകിൽ,
നന്മമരമായവൾ അമ്മയായ്, ഭാര്യയായ്
സാന്ത്വന സ്പർശത്തിൻ പാലാഴി തീർത്തിടും.

അറിയാതെ മേളിക്കുമക്ഷരത്തെറ്റുകൾ
മികവാർന്ന കവിതപോൽ കൂട്ടിവായിച്ചീടുമ്പോൾ
പരസ്പരം പഴിചാരി വിതറും വിതർക്കങ്ങൾ
ശ്രുതിമധുര ദാമ്പത്യ ഗീതിക പാടിടും.

അച്ഛന്റെ നെഞ്ചിലെ ചൂടേറും താരാട്ടും
അമ്മതൻ മാറിൽ ചുരത്തും മുലപ്പാലും,
കുഞ്ഞിളം സിരകളിൽ ഊട്ടിയുറപ്പിക്കും
രക്തബന്ധത്തിൻ മഹത്വമേറീടുന്നു.

നൈമിഷികാവേശം പിടിവാശിയിലമരുമ്പോൾ
അകലുന്ന ബന്ധത്തിൻ തീവ്രതയേറിടും
സ്നേഹത്തിൽ ചാലിച്ചൊരനുരഞ്ജനം കൊണ്ട്
കണ്ണികൾ ദൃഢമാക്കി കൂട്ടിയോജിപ്പിച്ചിടാം.

പരസ്പര വിശ്വാസം നൽകുന്നൊരാദരം
സ്വപ്നതുല്യം സ്നേഹഹർമ്മ്യങ്ങൾ തീർത്തിടും.
ബന്ധങ്ങൾ ബന്ധനം തീർക്കുമീ ലോകത്ത്
മറക്കാം പൊറുക്കാം വെറുപ്പും വിദ്വേഷവും.

•

പ്രണയമഴ പ്രഹരിക്കുമ്പോൾ

ഇരുൾമൂടുമംബരം ചൂടുന്ന കാർമേഘം
ഇന്നെന്റെ ചിന്തകളിലുണർത്തുന്ന സംഗീതം
കുളിർകാറ്റിൻ തഴുകലായ് ജനലഴികളിൽത്തട്ടി-
യുണർത്തുന്നു കനവുകൾ, ഓർമ്മപ്പെടുത്തലായ്.

ആകാശമേടയിൽ കൺചിമ്മി മറയുന്ന
താരവും നീല നിലാവും മൊഴിയുന്നു
വർണ്ണങ്ങൾ തുന്നിയ മഴവില്ല് തീർത്തിടാൻ
പെയ്തൊഴിയട്ടെയീ പ്രണയിനിയാമഴ.

ആദ്യമായ് മണ്ണിലേക്കിറ്റുവീഴുന്നൊരു
ജലകണം ചുംബിക്കുമനുഭൂതി നുണയുമ്പോൾ
എരിയുന്ന പകലിന്റെ ആത്മാവിന്നാഴങ്ങൾ
അറിയുന്നുണ്ടുദരത്തിൽ ഉണരുന്ന മുകുളങ്ങൾ.

താളം പിടിക്കും ചിലങ്കകൾ മേളിക്കു-
മാരവത്തോടെ നിപതിക്കും നീർതുള്ളി
കഴുകുന്നെൻ കണ്ണിലെ ഉറവപോലൊഴുകുന്ന
പരിദേവനത്തിൻ പിടച്ചിലും കാഴ്ചയും.

മഴയൊരു പ്രണയമായ് എന്നന്തരാത്മാവി-
ലലിയുമ്പോഴറിയുന്നു, വറുതിതൻ വേദന
നനയാത്ത കൂരയിൽ അന്തിമയങ്ങിടാൻ
വെമ്പുന്ന ദേഹിതൻ അല്ലലും ആധിയും.

മഴയെന്റെ കാതുകളിൽ തപ്തനിശ്വാസമായ്
വർണ്ണവും വിരഹ വിഷാദവും ചാലിച്ച്
പൊയ്പ്പോയ കാലത്തിൽ ചിതറിത്തെറിച്ചൊരു
തുള്ളിപോൽ ഉള്ളം കുളിർപ്പിച്ചു പെയ്യവേ.

നിനയ്ക്കാത്ത നേരത്ത് നൊമ്പരത്തീ തന്ന്
സംഹാരതാണ്ഡവമാടിത്തിമിർക്കുമ്പോൾ
കടപുഴകിയൊഴുകും മരങ്ങളും മലകളും
ഞെട്ടറ്റു വീഴുന്നു ജീവനും സ്വപ്നവും.

പെയ്തൊഴിയുന്നൊരീ വർഷപാതത്തിന്റെ
പ്രഹരങ്ങൾ തീർക്കുന്ന പ്രളയത്തിന്നേടുകൾ
മണ്ണിൽ മനുഷ്യനൊരു പാഠമായ് നിലകൊൾകെ
അതിജീവനം തേടിയലയുന്നു മാനുഷർ.

•

കൊയ്ത്തുപാട്ട്

മൂപ്പെത്തിനിൽക്കുന്ന പൊൻനെൽക്കതിരുകൾ
മുടിയാട്ടമാടുന്ന പുഞ്ചനെൽപ്പാടത്ത്
മുട്ടോളമെത്തുന്ന മുണ്ടിന്റെ കോന്തല
മുറുകെ മടക്കിത്തിരുകിക്കൊണ്ടങ്ങനെ.

കൊയ്ത്തുപാട്ടീണത്തിൽ കൊയ്തുകൂട്ടീടുവാൻ
കൊയ്ത്തരിവാൾ രാകുന്ന കൊയ്ത്തുപെണ്ണുങ്ങൾ
കറ്റകെട്ടി കൊയ്തുകൂട്ടും കതിർമണിമുത്തുകൾ
കൺനിറയെ കാണുമ്പോൾ മനംനിറഞ്ഞാടുന്നു.

വരിയായും നിരയായും താളത്തിൽ തഞ്ചത്തിൽ
വറുതിമറന്നൊന്നായ് പാടും പെണ്ണാളുകൾ
വീറോടെ വെയിലിൽ വിയർപ്പൊഴുക്കിക്കൊണ്ട്
വിതകൊയ്ത് ചൊല്ലുന്ന വായ്ത്താരി കേൾക്കുന്നു.

ഓലക്കുടതൻ നിഴൽ ചൂടി പാടത്ത്
ഒളികണ്ണെറിയുവാൻ എത്തുന്ന തമ്പ്രാനും
ഒരുമയോടൊന്നായ് പാടുന്ന ശീലുകൾ
ഓർമ്മകൾ മാത്രമായ് ഒളിമങ്ങിയകലയോ?

ഇന്നിൻ സമൃദ്ധിയിൽ അന്യമായ്ത്തീരുന്ന
വിളഭൂമികൾ തരും സ്വാസ്ഥ്യവും സൗഖ്യവും
ഓർത്തങ്ങു മർത്യനുണർന്നെണീറ്റിടുകിൽ
വീണ്ടുമുയർന്നിടും കൊയ്തുപാട്ടിന്നീരടികൾ.

•

പ്രണയിനിയോട്

പാതി വിടർന്നോരാ പൊൻമുകുളം പോൽ,
തിരയുന്നതാരെ നിൻ നയനങ്ങളെൻ സഖി
ഒരു ചെമ്പനിനീരിൻ ഇതളുകൾ പോലെ നിൻ,
അധരങ്ങൾ മൂകം വിതുമ്പുന്നതാർക്കായ്.

വർണ്ണങ്ങൾ ചാലിച്ചൊരാകാശ നീലിമയിൽ
കൈവിട്ടകന്നൊരു കടലാസ്സു പട്ടംപോൽ
എന്തിനോ വേണ്ടിയകന്നു നീ, മമ മോഹ-
മറിയാതെ, എന്നിലേക്കൊരു നോട്ടമെറിയാതെ.

ഓർമ്മകൾ, ഉന്മാദം ചിറകടിച്ചുയരുന്ന
ശലഭമായ് മാറും മനസ്സിന്റെ മുറ്റത്ത്
എത്രയോ ജന്മങ്ങൾ നിന്നെ ഞാൻ തേടി, യെ-
ന്നന്തരാത്മാവിലെ ചേതോവികാരമായ്.

പൊയ്പ്പോയ കാലങ്ങൾ ഇഴ ചേർത്തു വച്ചൊരീ
മൗനത്തിൻ മൂടുപടം ഊരിയെറിഞ്ഞു നീ.
തൽക്ഷണം, കാറ്റിന്റെ മർമ്മരങ്ങൾക്കൊപ്പം
നിന്മൊഴി കേൾക്കാൻ തുടിക്കുന്നു ഹൃത്തടം..

പറയാതെ അറിയാതെ ഞാൻ കാത്തു വച്ചൊരീ
പ്രണയ നിർമ്മാല്യം നിൻ നെറ്റിയിൽ ചാർത്തിടാൻ
വെമ്പുന്നു വിരലുകൾ നിൻ നയനങ്ങളിൽ
ഒഴുകിടും അശ്രുകണങ്ങൾ തുടച്ചിടാൻ.

അറിയുന്നു ഞാൻ സഖീ അന്തർഗതങ്ങൾ, നീ-
പറയാൻ വിതുമ്പുന്ന കഥന കാവ്യങ്ങൾ.
ഈ ജന്മം ഹോമിച്ചിടട്ടെ ഞാൻ നിന്നിലെ
കാരിരുൾ നീക്കി പ്രഭാപൂരമാക്കിടാൻ.

•

രണഭൂമിയിൽ തളരാതെ

(അർബുദം എന്ന മഹാരോഗം കാർന്നു തിന്നുകൊണ്ടിരിക്കുന്ന ജീവിതത്തെ, സ്വന്തം ഇച്ഛാശക്തിയും ധൈര്യവും ഒന്നുകൊണ്ടു മാത്രം തിരിച്ചു പിടിച്ച, ഒരു സഹ പ്രവർത്തകനെ ഓർത്തുകൊണ്ട് എഴുതിയ കവിത.)

ക്ഷീണിതനാണയാൾ, പക്ഷെ
മാംസം നുറുങ്ങിപ്പിടയുന്ന യാതന
ഒട്ടും തളർത്താതെ, വിധി നിയോഗത്തിൻ
രണാങ്കണ ഭൂമിയിൽ.
പ്രാണനെ കാർന്നു തിന്നുന്നൊരീയർബുദ-
പീഡയിൽ സ്ഥൈര്യം വിടാതെ, തന്നുള്ളിലെ
പോരാളി സടകുടഞ്ഞേറ്റു, പ്രതീക്ഷകൾ
നല്കീ മനക്കരുത്തായുധമാക്കിടാൻ.

വിഭ്രാന്തി പൂണ്ടു വിറളി പിടിച്ചൊരു
കുതിരപോലോടും മനസ്സിൻ കടിഞ്ഞാൺ
ഏകാഗ്രമാക്കി കുതിച്ചിടാൻ വെമ്പുന്നു
യോദ്ധാവിനുള്ളിൽ തിളയ്ക്കുന്ന തൃഷ്ണകൾ.
ഉൾപ്പൂവിനുള്ളിൽ മുഴങ്ങിയൊരശരീരി
ഭീതിയകറ്റി അടർക്കളംപ്പൂകുവാൻ.
പ്രത്യാശ വറ്റിയോരുയിരിൻ തുടിപ്പുകൾ
അരുണോദയത്തിൻ കിരണമായ് തെളിയവെ.

സിരകൾ തുളയ്ക്കുന്ന കീമോതെറാപ്പിയിൽ
വിട ചൊല്ലി വേർപിരിയും മജ്ജയും മാംസവും
പോർക്കളം തെല്ലും തളർത്തില്ലിനി, പരി-
ത്യാഗിയായ് ജീവിതം ഹോമിക്ക വയ്യിനി.
ചീറിയടുക്കുന്ന ശത്രു ബാണത്തെ, തൻ
ആത്മ വീര്യത്തിൻ പടച്ചട്ട കെട്ടി
ചെറുത്തു തോൽപ്പിച്ചിടാൻ തീക്ഷ്ണതയേറുമാ
കണ്ണുകളിലാശതൻ അഗ്നിസ്പുലിംഗങ്ങൾ.

സഹനത്തിൻ സഹ്യപർവ്വതമെത്ര താണ്ടിയിനി-
വയ്യയീ ദണ്ഡനം, ക്രൂരമാം ബന്ധനം.
ദൃഢനിശ്ചയത്തിൻ പ്രഭയിൽ പ്രതിയോഗി
വീണുപോയ് സാഷ്ടാംഗം ജീവന രേഖയിൽ.
ചിറകു കുടഞ്ഞുയിർത്തെഴുന്നേറ്റു പറക്കുന്ന
ഫീനിക്സ് പക്ഷിപോൽ പ്രാപ്യമാം പ്രാണന്റെ,
മുന്നിൽ പ്രയാണങ്ങൾ അസ്തമിച്ചില്ലെന്ന
പരമമാം സത്യത്തിന്നാത്മ പ്രണാമം.

•

അച്ഛനെ തനിച്ചാക്കി

ഒരു വേള മിഴിയൊന്നു പൂട്ടാൻ കഴിഞ്ഞെങ്കിൽ
മറുവേള ഓർമ്മകൾ മങ്ങിമറഞ്ഞെങ്കിൽ
ഹൃദയം നുറുങ്ങിപ്പിടയുമീ നൊമ്പര-
ചിറകിലൂടംബര മേടയണഞ്ഞെങ്കിൽ
വ്യർത്ഥമീ ജീവിതം മുന്നിൽ പ്രതീക്ഷകൾ
അറ്റുപോയ് കെട്ടിപ്പടുത്ത സ്വപ്നങ്ങളും.

തന്നോമൽ കൈവെള്ളയിലള്ളിപ്പിടിച്ചു
വളർന്നോരെൻ കുഞ്ഞരിപ്രാവിന്നകന്നുപോയ്
ഇന്നലെയോളമീയച്ഛന്റെ മാറിലെ
പൊൻതിരി നാളമായ് ശോഭ ചൊരിഞ്ഞവൾ
ഇന്നീയിരുട്ടിൽ തനിച്ചാക്കിയച്ഛനോടായ്
ഒരു വാക്കതോതാതെയെങ്ങോ പറന്നുപോയ്.

ഓർക്കുവാനിഷ്ടപ്പെടാത്ത സത്യങ്ങളി-
ന്നാർക്കും പഴിക്കുവാനായിട നൽകിക്കോ-
ണ്ടച്ഛന്റെ നെഞ്ചിൻ നെരിപ്പോട് കത്തിച്ച്
പടിയിറങ്ങിപ്പോകും മകളെ നീയറിയുക,
ഈ ലോകമിന്ന് നിൻ മുന്നിൽതുറക്കുന്ന
വാതായനങ്ങളടയാമേതു മാത്രയും.

നിന്നിളം സിരകളിലൊഴുകിപ്പടരുമാ
പ്രണയാഗ്നി നിന്നെയകറ്റിമാറ്റീടുമ്പോൾ
നിയതം മുഖം തിരിച്ചച്ഛന്റെ മിഴിയിലെ
അശ്രുകണങ്ങൾ ചവിട്ടിയകന്ന നീ,
ഉൾക്കണ്ണിലജ്ഞമാം അന്ധകാരം നിറ
ച്ചുറ്റവർക്കന്യയായ് തീരാൻ വിധിക്കയോ ?

എങ്കിലും പ്രത്യാശ, നിൻ വിളിക്കായി ഞാൻ
കാതോർത്തിരിക്കുമെൻ പ്രാണനകലും വരെ
കണ്ണ് കുളിർപ്പിക്കും വർണ്ണപ്രപഞ്ചത്തിൻ
കാണാക്കയങ്ങളിൽ കാൽത്തട്ടി വീഴാതെ
ജീവപ്രയാണത്തിൻ കർമ്മപഥങ്ങളിൽ
തളരാതെയേറൂ നീ എന്നും അജയ്യയായ്..

•

ഒരു സൂക്ഷ്മാണു തീർത്ത വിഹ്വലതകൾ

(കോവിഡ് എന്ന മഹാമാരി പൊട്ടിപുറപ്പെട്ടപ്പോൾ എഴുതിയത്)

ലോകം വിറയ്ക്കുന്നിന്നൊരു രോഗവിഷാണുവിൽ
സർവ്വം പരിത്യജിച്ചടിയറവു പറയുന്നു.
അങ്ങ് വുഹാനിലെ തെരുവിൽ വിപത്തായ്
മരണം വിതച്ചട്ടഹാസം മുഴക്കവെ,

ഊഴിയിലന്യോന്യം പൊരുതി മരിക്കുന്ന
മാനുഷ ജൻമങ്ങൾക്കറുതി വരുത്താനോ?
ലോകം മുഴുവനും വ്യാപരിച്ചെത്തിയാ
കുഞ്ഞു വിഷാണു, ഇന്നുള്ളം കരിക്കുന്നു..

ഭൂലോകമൊന്നാകെ കൈക്കുള്ളിലാക്കുവാൻ
വെമ്പിയ മർത്യൻ, ഭയക്കുന്നു മർത്യനെ.
ഒടുവിൽ സ്വഗേഹത്തിലഭയം പ്രാപിച്ചു കൊ-
ണ്ടകലങ്ങൾ തേടുന്നു, സഭയിൽ നിന്നന്യനായ്..

നിശ്ശബ്ദമുരുകുന്നു തെരുവുകൾ, ആദ്യമായ്
ആളൊഴിഞ്ഞാരവങ്ങളകലുന്നു രാപ്പകൽ.
ആകാശപാതകൾ നിശ്ചലം, കൺമുന്നിൽ
ആദൃശ്യമായ്ത്തീർന്നൂ ശകടങ്ങൾ ചുറ്റിലും.

ആണവായുധങ്ങളക്രമ രാഷ്ട്രങ്ങൾ
സൂക്ഷ്മമീ അണുവിന്റെ മുന്നിൽ പകച്ചുപോയ്.
ദിനമെത്ര മരണം കുമിഞ്ഞു കൂടുന്നു, ഈ
രോഗാണു നിർദ്ദയം ഞെട്ടറ്റു വീഴ്ത്തുന്നു.

മനുഷ്യൻ നിരാലംബനായ് ഗൃഹം പൂകുമ്പോൾ
സ്വച്ഛന്ദരായ് ജീവജാലങ്ങൾ മേയുന്നു.
ഗർവ്വോടെ കയ്യടക്കിക്കൊണ്ട പ്രകൃതി തൻ
പ്രതികാരമോ, മണ്ണിൻ പ്രതിഷേധ യുദ്ധമോ?

ഒരോർമ്മപ്പെടുത്തലായ് വീണ്ടും പ്രകൃതി
പരീക്ഷിപ്പൂ, ക്ഷണികമാം ജീവിതം നിർദ്ദയം.
പ്രാണഭയത്തോടെ ഓരോ ദിനങ്ങളും
എണ്ണുന്നു, മുന്നിൽ മഹാമാരിയുറയുന്നു.

കാറ്റും കരയും കടലും പുഴകളും
അതിജീവനത്തിന്റെ സ്പന്ദനം തേടുന്നു..
ഭരണകൂടങ്ങളവിശ്രമം തോൾചേർന്ന്
പൊരുതുന്നുണ്ടാതുര സേവകർക്കൊപ്പമായ്..

കണ്ണിമ ചിമ്മാതെ രാപ്പകലില്ലാതെ
നാടിന്റെ രക്ഷയ്ക്കായ് ഓടി നടക്കുവോർ.
ചിന്തിച്ചു പോകുന്നു ഇവരല്ലോ ദൈവങ്ങൾ
ആത്മരക്ഷ മറന്നെത്തും മാലാഖമാർ..

മനുഷ്യാ, നിൻ വിഷലിപ്തമായ മനസ്സിനെ
മാറ്റിയെടുക്കാനവതരിച്ചോരണു മുന്നിൽ.
മതമില്ല, മതിലില്ല, വർഗ്ഗീയ ഭ്രാന്തുകൾ
ഒട്ടുമേ ഇല്ലാതെ തീർത്തും മനുജനായ്.

ഒത്തൊരുമിച്ച് പൊരുതിടാം കർശനം
ഓരോ അമൂല്യമാം ജീവനും കാത്തിടാം.
മാതൃകയായിടാം ലോകചരിത്രത്തിൽ
മാനവരാശിതൻ ആത്മസമർപ്പണം.

•

മരണമെന്ന അതിഥി

മരണം, അതറിയാതെ ആരോടും പറയാതെ
ഏതുനേരത്തും പതിയെക്കടന്നെത്തും,
അതിഥിയായ്, മനിതന്റെ ചരണം ഗമിക്കുന്ന
ഗതിയിൽ, തമസ്സിൽ, പകൽവെളിച്ചത്തിലും.

നിർവ്വികാരം തിമിർത്താടുന്നു, ചേതന-
യൂറ്റിക്കുടിച്ചട്ടഹാസം മുഴക്കിടാൻ.
ഓരിയിടുന്നങ്ങിരവിൽ കുറുനരി
തോരാതെ ആർത്തുപെയ്യുന്നു തുലാമഴ.

വെട്ടിപ്പിടിച്ചിടാൻ വെമ്പുന്ന ചുവടുകൾ-
ക്കറിയാതെ ഒരു മാത്ര താളം പിഴക്കുന്നു.
ആകസ്മികം അലിഞ്ഞമരുന്നു, പാതിയിൽ
നാളെയുടെ വർണ്ണങ്ങൾ ചാലിച്ച ചിത്രങ്ങൾ.

സ്നേഹപൂർവ്വം ഞാൻ കുറിക്കാൻ കൊതിക്കുന്നു
നിർദ്ദയം ജീവനെപ്പുൽകുന്ന മൃതിയോടായ്
നിനയ്ക്കാത്ത നേരത്തു നീ കടന്നെത്തുമ്പോൾ
നിലയ്ക്കുന്ന ജീവിത തൃഷ്ണകൾ അറിയണം.

സ്വപ്നങ്ങൾ വാരി നിറയ്ക്കുന്ന വഴികളിൽ
പതറാതെ കാലടികളുറപ്പിച്ചു നീങ്ങവേ
പിന്നിൽ നിന്നൊരുവേള നീ വിളിച്ചെത്തുമ്പോൾ
അനാഥമായ്ത്തീരുന്ന ജീവിതമൊത്തിരി.

എത്ര പാഴ്ജന്മങ്ങൾ, വൃദ്ധവയോധികർ
മരണത്തിൻ കാലൊച്ച കാത്തുകിടക്കുന്നു
എങ്കിലും നിൻ ദൃഷ്ടി പതിയുന്നതോ, സദാ
പ്രായഭേദങ്ങൾക്കതീതമായ് തീരുന്നു.

ഒളിച്ചും പതുങ്ങിയും ഒപ്പം നടക്കുന്ന
മരണമേ നിന്നനുകമ്പ കൊതിക്കുന്നു
ജീവിച്ചു കൊതിതീരും മുൻപേ ഹനിക്കുന്ന
ക്രൂരതയിൽ, ഇത്തിരി കരുണ കാട്ടീടണം.

സസ്നേഹം നിന്നോട് ചൊല്ലുന്നു ഞാനിന്ന്
നിർത്തുക പകലിരവ് നോക്കാത്ത താണ്ഡവം
കൊതിയോടെ ജീവിതം തുടരുന്ന പ്രാണനിൽ
കൈകടത്തീടാതെ നീയകന്നീടുക .

•

പഴമതൻ ഓർമ്മകൾ

പഴമതൻ ഓർമ്മകൾ മാറാല കെട്ടുന്ന
മനസ്സിന്റെ മച്ചകത്തിലുണരുന്ന ചിത്രങ്ങൾ
പുതുമതൻ പൂങ്കാവനത്തിന്റെ മേടയിൽ
പഴയ ഗന്ധങ്ങൾ ഗൃഹാതുരത തീർക്കുന്നു.

ഒരു മൺവിളക്കിന്റെ ചുറ്റിലും ഒരുമയായ്
ചമ്രം പടിഞ്ഞിരുന്നുണ്ണും പഴക്കങ്ങൾ
കരിയിട്ട് ചാണകമെഴുതിയ കോലായിൽ
ചണം നൂറ്റ പായയിലേറും സുഖസുഷുപ്തിയും.

സന്ധ്യയ്ക്ക് പതിവായി ചൊല്ലുന്ന നാമജപം
ഇന്നീത്തലമുറയ്ക്കന്യമായ്ത്തീരവേ
മുത്തശ്ശിക്കഥകളും പഴംപാട്ടിന്നീണവും
പുസ്തകത്താളിലൊരു പഴങ്കഥ മാത്രമായ്.

പഴമക്കാർ പറയുന്ന ചൊല്ലും ചരിതവും
ഏറ്റുപാടുന്നവർ ഇന്ന് വിരളമായ്
ഓർമ്മയായ്ത്തീരുന്ന പഴമകൾക്കൊപ്പമായ്
അകലുന്നു നന്മകൾ പുതുമ തന്നോരത്ത്.

പഴമതൻ പൊലിമയും ഗ്രാമീണത്തനിമയും
ആത്മാവിൽ വേരൂന്നും നൊമ്പരം മാത്രമായ്
എങ്കിലും പുതുമയിൽ പഴമ തേടുന്നുണ്ട്
പഴമതൻ പ്രൗഢി തിരിച്ചറിയുന്നവർ.

•

അച്ഛൻ

പകൽപോലെയെരിയുന്ന സ്നേഹമെന്നച്ഛൻ
പറയാതെയറിയും വികാരമെന്നച്ഛൻ
തളരുമ്പോൾ താങ്ങാവും തണൽമരമച്ഛൻ
താരാട്ടുപാട്ടിന്റെ ഈണമെന്നച്ഛൻ

നെഞ്ചിൽ നിറഞ്ഞൊരാ കൊഞ്ചലിന്നച്ഛൻ
നേരും നെറിയും പകർന്ന ഗുരുവച്ഛൻ
ജീവിതവഴികളിൽ വിളക്കാണെന്നച്ഛൻ
ഇടറാതെ മുന്നേറാൻ ധൈര്യമെന്നച്ഛൻ

ഒരു നോട്ടം കൊണ്ടെന്നെ ശാസിക്കുമച്ഛൻ
മറുനോട്ടത്താലൊപ്പം ലാളിക്കുമച്ഛൻ
കാർക്കശ്യം വഴിയുന്ന കണ്ണുകളിലെപ്പോഴും
കരുതുന്ന കാവലും കരുണയുമാണച്ഛൻ

ഉള്ളിൽ തപിച്ചുകൊണ്ടുയിരു വിയർപ്പാക്കും
ഉണ്മയാണെന്നുമെനിക്ക് പൊന്നച്ഛൻ
മണ്ണോടു മല്ലിട്ട് മക്കൾതൻ സ്വപ്നങ്ങൾക്ക്
മഴവില്ല് ചാലിച്ച മന്ത്രമെന്നച്ഛൻ

അച്ഛൻ പകർന്നൊരാ ജീവിതപാഠങ്ങൾ
ആത്മാവിൽ ചേർത്തുകൊണ്ടനുഗമിച്ചീടവേ
അച്ഛന്റെ കൈവിരൽ തുമ്പിലൊരു തുമ്പിയായ്
അടരാതെ വീണ്ടുമാ ചൂടേറ്റുറങ്ങണം..

•

കലാലയം ഒരു ഓർമ്മ

കടിഞ്ഞാണ് പൊട്ടിക്കുതിക്കുന്ന കുതിരപോൽ
കാലമേ നീയെത്ര കുതറിയകന്നാലും
കണ്ണീരലിയിക്കും കനലായ് ശേഷിപ്പൂ
കനവുകൾ കാൽചിലമ്പിട്ടൊരാ സ്മൃതികൾ

ആർത്തലച്ചിരമ്പുന്ന തിരമാല പോലെയെൻ
അകതാരിലോർമ്മകൾ അനുഭൂതി തീർക്കുമ്പോൾ
ആത്മാവിലിഴചേർന്ന ഹൃദയബന്ധങ്ങൾ തൻ
അണയാത്ത തേജോവികാരമെൻ കലാലയം

പലവഴിയിലൊഴുകിവരും പുഴയായ് വന്നുനാം
ഒരു കുടക്കീഴിലൊരു കടൽപോലെ ചേരവേ
സൗഹൃദപ്പെരുമഴയിൽ സ്വപ്നങ്ങൾ ചാലിച്ച്
പ്രണയവും വിരഹവും കൈമാറിയ കലാലയം

മനസ്സ് മടുപ്പിക്കും ഗണിത രസതന്ത്രങ്ങൾ
പാടെ മറന്നു നാം വഴിമാറി ചേക്കേറും
വായനാമുറികൾതൻ ഇടനാഴി സാക്ഷിയായ്
വിരിയിച്ച വിപ്ലവ കാവ്യങ്ങളെത്രയോ..

ജീവിതപന്ഥാവിൻ ഏടുകളിലെവിടെയോ
സ്വർണ്ണലിപികളാലാലേഖനം ചെയ്ത നാളുകൾ
മരണമില്ലാത്തൊരാ സ്മരണകൾ തുന്നിയെൻ
മനസ്സിൽ വരയ്ക്കുന്നു മായാത്ത ചിത്രങ്ങൾ.

•

രക്തസാക്ഷികൾ

നീതിക്കായ് നിരന്തരം നിർഭയം പോരാടി
നിണമൂർന്നു നിദ്രപുൽകീടുന്നവർ രക്തസാക്ഷികൾ
നിറമുള്ള സ്വപ്നങ്ങൾ ബലിനൽകി നാടിന്റെ
നിലയ്ക്കാത്ത സ്പന്ദനമായ് മാറുന്നു രക്തസാക്ഷികൾ

നേരിന്റെ മുന്നിലായ് നെഞ്ചു വിരിച്ചങ്ങ്
നേർക്കുനേർ പോരാട്ടവീര്യം കുറിക്കുവോർ
ഉറയ്ക്കുന്ന നിലപാടിലൂറ്റം കൊണ്ടീടവേ
നെഞ്ചിലെ ചോരയാൽ തിലകം കുറിക്കുന്നു

ഇന്ന് നാം കാണുന്നൊരിന്ത്യ തൻ വിരിമാറിൽ
ചിതറിത്തെറിച്ചൊരാ വീരരക്തങ്ങൾ
ചരിത്രത്തിൻ ചുവരിലായ് സാക്ഷ്യപ്പെടുത്തുന്ന
സഹനത്തിൻ ഏടുകൾ, രക്തസാക്ഷികൾ.

രക്തസാക്ഷിത്വം വരിക്കുന്ന യോദ്ധാക്കൾ
മറ്റുള്ളവർക്കായ് സ്വയം എരിഞ്ഞടങ്ങീടുമ്പോൾ
സർവ്വം ത്യജിച്ചവർ, അന്യന്റെ പാതയിൽ
ജ്വലിക്കും വിളക്കായ് സ്മരണകൾ തീർക്കുന്നു.

അക്രമാസക്തരായ് മാറും പുതുതലമുറയിൽ
അന്യം നിന്നീടുന്നു സ്നേഹവും സഹനവും
പിറക്കാതെ പോകട്ടെ, ചോരയാൽ തീർക്കുന്ന
പ്രതികാരബുദ്ധിയിൽ, ഇനിയും രക്തസാക്ഷികൾ.

•

കാരുണ്യം

അന്യന്റെ അല്ലലുകൾ ഹൃദയത്തിലേറ്റി
അടരുന്ന അശ്രുകണങ്ങളൊപ്പിക്കൊണ്ട്
അശരണർക്കാലംബമായ് നിലകൊൾവാൻ
അവതരിച്ചീടേണം കരുണതൻ കടലായ്

ഈ കെട്ടകാലത്തിൽ അന്യമായ്ത്തീരുന്ന
സഹജീവിസ്നേഹവും കരുണയും കരുതലും
മനസ്സുകൊണ്ടോന്നായ്പ്പുണർന്നിടാമന്യോന്യം
നന്മതൻ പുലരികൾ പൂക്കും ദിനങ്ങൾക്കായ്

മക്കൾതൻ കാരുണ്യമേറെ കൊതിക്കുന്ന
വൃദ്ധരാമീ മാതാപിതാക്കൾതൻ ദൈന്യത
മാതൃവാത്സല്യം കൊതിച്ചെത്തും കുഞ്ഞിനെ
കണ്ണിലെ കരടാക്കി പിഴുതെറിയുമമ്മയും

രോഗികൾ പട്ടിണിക്കോലങ്ങൾ അഗതികൾ
തെരുവുകളിലലയുന്നനാഥ ബാല്യങ്ങൾ
എത്രയോ ജീവനുകളുഴലുന്നു ഭൂമിയിൽ
ഒരു മൃദു കാരുണ്യസ്പർശനം തേടുന്നു

ഉൽക്കൃഷ്ടമാമൊരു ചേതോവികാരമായ്
ഉണരണം കാരുണ്യമുലകിതിൽ സർവ്വർക്കും
വലുപ്പച്ചെറുപ്പത്തിനന്തരം നോക്കാതെ
നെഞ്ചോട് ചേർത്തുകൊണ്ടാശ്വാസമരുളണം.

•

താരാട്ട്

മടിയിലായ് അമ്മിഞ്ഞപ്പാൽ നുണഞ്ഞീടുന്ന
കുഞ്ഞിളം പൈതലിൻ കൺമയക്കത്തിനായ്
മാതൃവാത്സല്യത്തിൻ രാഗങ്ങളിഴചേർത്ത
ഹൃദയമന്ത്രത്തിന്റെ ഈരടികൾ താരാട്ട്

ഉദരത്തിൽ ജീവൻ തുടിക്കുന്ന മാത്രയിൽ
അമ്മതൻ അന്തരംഗത്തിൽ വിടർന്നീടുന്ന
കനവും പ്രതീക്ഷയും ലാളനയുമലിയിച്ച
സ്നേഹമസൃണമായ വർണ്ണനകൾ താരാട്ട്

തൻ പിഞ്ചുപൈതലിൻ പുഞ്ചിരി നൽകുന്ന
കുളിർകാറ്റിൽ, എരിയുന്ന വ്യഥകൾ മറക്കവെ
മാറോടു ചേർത്തച്ഛൻ നെറുകയിൽ ചുംബിച്ച്
താളത്തിൽ തഞ്ചത്തിൽ പാടുന്ന താരാട്ട്

കണ്ണായ് കരളായ് പൗർണ്ണമിതിങ്കളായ്
പൂമിഴി പൂട്ടിയുറങ്ങുവാനീണത്തിൽ
ആരീരം, താലോലം വായ്ത്താരി ചേർത്തമ്മ
കാതിൽ പൊഴിക്കുന്ന തേന്മഴ താരാട്ട്

അമ്മതൻ കൊഞ്ചലായ് കാതുകളിൽ കൈമാറും
ആദ്യത്തെ ഭാഷയും ഭാഷ്യവും താരാട്ട്
ഇരയിമ്മൻ തമ്പി തൻ താരാട്ടിൻ ശീലുകൾ
ഇഴചേർന്ന മലയാള സംസ്കൃതിയുന്നതം.

•

കരയും കടലും

കാണികളൊഴിഞ്ഞയീ തീരത്തിരിക്കുമ്പോൾ
കാടുകയറുന്നെന്റെ ചിന്തകൾ വ്യർത്ഥമായ്
കൺമുന്നിൽ ശാന്തമായ് തീരത്തെ പുൽകുന്ന
കടൽത്തിരകൾ സാകൂതം കിന്നാരമോതുന്നു.

കടൽ തന്റെ കാതുകളിൽ കാറ്റ് വന്നോതുന്ന
കഥകൾ കൈമാറുവാൻ കരയെ പുണർന്നതോ
കരളിലുറഞ്ഞുരുകുന്ന പ്രണയപരവേശത്താൽ
കടൽ വന്ന് കവിളിണയിലുമ്മ വയ്ക്കുന്നതോ

കത്തിജ്ജ്വലിക്കുന്നൊരർക്കന്റെ തീക്ഷ്ണതയിൽ
കരിയുന്ന കരയുടെ കണ്ഠം കുളിർപ്പിപ്പതോ
കടലിന്റെയാഴങ്ങൾ കാത്തുസൂക്ഷിച്ചിടും
അളവറ്റ സമ്പത്തിൻ കഥകൾ പങ്കിട്ടതോ

കടലിൻ ഹൃദന്തങ്ങൾ ചൊല്ലുന്നു പരിഭവം
കലുഷിതമാവുന്ന വിധിവിഹിതമോർത്ത്
കണ്ണുനീർ തൂവുന്ന കടലിന്റെ കദനങ്ങൾ
കശ്മല ജന്മങ്ങൾ തീർക്കുന്ന ചെയ്തികൾ

കരതൻ കരങ്ങളിലുണരുമുൽപ്പത്തിപോൽ
കടലിൻ മടിത്തട്ടിലെത്ര ചൈതന്യങ്ങൾ
കരയും കടലും ഇരുലോകങ്ങൾ ഭൂമിയിൽ
കളങ്കപ്പെടുത്താതെ കാത്തുവെച്ചീടണം

•

യാത്രാമൊഴി

നീലിച്ച നിൻ മിഴികൾ സജലമായപ്പോഴും
നിർഗളം കവിളിണയെ ഉമ്മവെച്ചപ്പോഴും
നിന്നുള്ളമൊരുവേള പറയുവാൻ വെമ്പിയ
നിശ്ശബ്ദ വ്യഥകൾ ഞാൻ എന്തെ അറിഞ്ഞീലാ?

പതിയെ നിൻ പ്രാണന്റെ ചിറകരിഞ്ഞീടാൻ
പടികടന്നെത്തിയ മൃതിതൻ പദസ്വനം
പ്രജ്ഞകൾ മരവിച്ചു പാതി തളർന്ന നിൻ
പാദഹസ്തങ്ങളിൽ നിഴലിച്ചിരുന്നുവോ?

പതിവായ് നിൻ ചില്ലുജാലകക്കമ്പിയിൽ
പരിദേവനം ചൊല്ലും കുരുവിതൻ കുറുകലിൽ
പലവേള കേട്ടുഞാൻ പിരിയുവാൻ വെമ്പുന്ന
പിടയുന്ന ഹൃദയമത്, നീയെന്നറിഞ്ഞീല.

ഇന്ന് നീ പറയാതെ യാത്രയായീടുമ്പോൾ
ഇടനെഞ്ചിൽ വിങ്ങുന്ന വിരഹതാപത്തിലെൻ
ഇറ്റിറ്റു വീഴുന്ന കണ്ണീർക്കണങ്ങളാൽ
നിൻ പാദപൂജ ഞാൻ ചെയ്തിടാം പ്രിയസഖീ..

നീ നട്ട പനിനീരിൻ മലരുകൾ വിടരവേ
ദലമടർന്നീടാതെ കാത്തിടാം സ്മൃതികളിൽ
പാതി നീ നിർത്തിയ പാട്ടിന്റെ വരികളും
ഓർത്തോർത്തു പാടിടാം നിൻ നിർവൃതിക്കായ്.

•

ഏകാന്തത

ഞെട്ടറ്റ് നിപതിച്ചോരിലപോലെ പെട്ടെന്ന്
ഒറ്റയ്ക്ക് വരണ്ട നിശ്ശബ്ദതയ്ക്ക് കൂട്ടായ്
വിഷാദങ്ങൾ പൂക്കുന്ന തടവറയിലേകയായ്
പേറ്റുനോവറിയുന്നോരമ്മതൻ നൊമ്പരം

തനിച്ചാണുറക്കം, ഈ മൗനത്തിൻ മട്ടുപ്പാവിൽ
ഇനിയും വരാത്ത കൺമയക്കത്തെ കാംക്ഷിച്ച്
കൺമുന്നിലെരിയുന്നൊരോർമ്മതൻ മഞ്ചലിൽ
തനിനിറം കാട്ടിച്ചിലയ്ക്കുന്ന സന്തതികൾ

തനിച്ചാണിരുത്തം, ഈ ഇടനാഴിയിൽ കാതോർത്ത്
അറിയാതെ പിന്നിൽ വന്നെത്തും പദനിസ്വനം
അലിവോടെ അമ്മേയെന്നുള്ള മൃദുമന്ത്രണം
വെറുതേയൊരു പാഴ്ക്കിനാവായ് ദൂരെയകലുന്നു

തനിച്ചായ് നടക്കുന്നു, വേച്ചുപോം കാലുകൾ
വെറുതെ കൊതിക്കുന്നൊരു കരലാളസ്പർശനം
വിരൽത്തുമ്പിൽ തൂങ്ങിയവർ പാദങ്ങൾ വെച്ചപ്പോൾ
വീഴാതെ താങ്ങായ കൈകൾ വിറക്കുന്നു.

തനിച്ചായ് മടങ്ങണം, മണ്ണിലേക്കുടനെയായ്
ആരോരുമില്ലാത്തൊരീയേകാന്തതയ്ക്കൊടുവിൽ
ആർക്കാർക്കും ഭാരമായ്ത്തീരാതെ തീരണം
ആശ നശിച്ചൊരീ നിശ്ശബ്ദ യാത്രയിൽ..

•

നീയെന്റെ ചങ്ങാതി

മരുഭൂവിൽ തെളിയും മരീചിക പോലെയെൻ
മനസ്സിന്റെ വാതായനങ്ങൾക്ക് കാവലായ്
മറനീക്കിയെങ്ങുനിന്നൊഴുകി വന്നെത്തി നീ
മാറോടു ചേർത്തെന്റെ പ്രാണൻ പകുക്കുവാൻ

ചങ്ങാതി നന്നായാൽ കണ്ണാടി വേണ്ടെന്ന
ചന്തമാം ചൊല്ലിന്റെ പൊരുളർത്ഥവത്താക്കി
ചിന്തകൾ ചിതറിത്തെറിച്ചയെൻ ചിത്തത്തെ
ചിരകാലം കെട്ടിപ്പിണഞ്ഞ വ്യഥ നീക്കി നീ

ഏതുനേരത്തുമെൻ സഹചാരിയായിക്കൊണ്ട്
ഏറുമെൻ കഷ്ടങ്ങളിൽ താങ്ങായ് നിലകൊണ്ട്
എന്നുമെൻ ജീവിത പോരാട്ട വീഥിയിൽ
എൻപ്രിയ ചങ്ങാതി നൽകുന്നു സാന്ത്വനം

കൂരിരുൾ വഴികളിൽ കൈകോർത്തു മുന്നിലായ്
കൂടെ ഗമിക്കുമ്പോൾ നീ തരും കരുതലും
കദനത്തിൻ കടലിന്റെ കരകാണാച്ചുഴികളിൽ
കാലിടറി വീഴുമ്പോൾ കരുണതൻ സ്പർശവും

നിസ്വാർത്ഥസ്നേഹം പകർന്നു തന്നീടുന്നു
നിഴൽപോലെ സത്യമാം പ്രിയമുള്ള ചങ്ങാതി
നീർക്കുമിളപോലെ നിലയ്ക്കുമീ ജീവനിൽ
നിത്യം തളിർക്കട്ടെ നിഷ്കപട സൗഹൃദം

•

ഉന്മാദം പൂക്കുമ്പോൾ

ഭ്രാന്തമാം ചിന്തകൾ ചങ്ങലപ്പൂട്ടിടും
മർത്ത്യമനസ്സിൻ സുബോധം മറഞ്ഞുവോ
ചെയ്യുന്നതെന്ത് ഞാൻ ചൊല്ലുന്നതെന്തെന്ന്
സ്വയമേവമറിയാൻ ശ്രമിക്കാത്ത വൈകൃതം

പിഞ്ചുപൈതങ്ങളെ ചീന്തിയെറിയുന്ന
കശ്മലന്മാർ കാമഭ്രാന്തോടെ അലയുന്നു
രക്തബന്ധത്തിന്റെ പൊരുൾപോലുമറിയാതെ
കൊല്ലും കൊലയും നടത്തുന്നു മക്കളും

പ്രണയം നിറച്ചൊരു പുലരിയും പൂക്കളും
അകലുമ്പോൾ ലഹരിയിൽ നിർവൃതിയടയുന്നു
കൺമുന്നിൽ ചീന്തുന്ന രക്തപ്പിടച്ചിലിൽ
ഉന്മാദനൃത്തം നടത്തി രമിക്കുന്നു.

ആണവായുധങ്ങൾ വർഷിച്ചു വെല്ലുവാൻ
ഭ്രാന്താണ് ലോകം ഭരിക്കും അധീശർക്കും
അധികാര തിമിരത്തിലിഴയുന്ന സേവകർ
ക്രൂരമായ് ചെളിവാരിയെറിയുന്നു പ്രജകളെ

പലപല ചെയ്തികൾ ആർത്തട്ടഹാസങ്ങൾ
ഉൾപ്പൂവിലുറയുന്ന തീക്ഷ്ണമാം രോഷങ്ങൾ
ഉണരണം മർത്ത്യാ, നിന്നുന്മാദ കേളികൾ
ഉള്ളം ഹനിക്കാതെ, ഉന്മൂലനം ചെയ്യണം.

•

ഒരു മിന്നാമിനുങ്ങിന്റെ പ്രതിബദ്ധത

ചെടിയിലും തൊടിയിലും കയ്യെത്താക്കൊമ്പത്തും
ഇരുളിന്റെ മറ വീണൊരിറയത്തിൻ മുറ്റത്തും
ഒരു പ്രഭാകണമായ് ചിറകു വീശിപ്പറക്കുന്ന
മിന്നാമിനുങ്ങുപോൽ പ്രതിബദ്ധതയേറണം.

ഉഴലുന്നിന്നെത്രയോ മർത്യരിന്നുലകിതിൽ
അഴലിന്റെ മാറാപ്പുമായ്, ദിശയറിയാതെ
ഒരു മൃദുസ്പർശനം, കനിവിൻ തലോടലിൽ
കുളിരു പെയ്യുന്നൊരകക്കാമ്പ് നാമറിയണം.

ഇടിമിന്നൽപ്പിണരിലും കൊടുംകാറ്റും മഴയിലും
പ്രത്യാശ പകരുമൊരു കെടാവിളക്കുപോൽ
നിരാശ്രയർക്കഭയമായ് ആശ്വാസ വചസ്സായ്
അന്ധകാരത്തിൽ തരിവെട്ടമായ് മാറണം.

കാലത്തിൻ കളിയരങ്ങിൻമുന്നിൽ തളരുമ്പോൾ
ജീവിതത്തോണിയിൽ വഴിതെറ്റിത്തുഴയുമ്പോൾ
പൊട്ടിയ ഹൃദയത്തിൻ വക്കുകൾ തുന്നിടാൻ
ഒരു നറുവെട്ടമായ് തീരണം നാം അന്യോന്യം.

തെളിച്ചം നഷ്ടമായുഴലുന്ന ജീവനിൽ
വെളിച്ചം പകർന്നിടാം മിന്നാമിനുങ്ങായ്
അർപ്പണം ചെയ്യണം, വിൺതാരകങ്ങൾ പോൽ
ചിരിക്കുന്ന ചുണ്ടുകൾ കണ്ടുണരുവാൻ നിത്യവും.

•

പഴുത്തിലയ്ക്ക് പറയുവാനുള്ളത്

വാനോളം വളർന്നൊരാ വന്മരചില്ലമേൽ
ഗർവ്വോടെ തെന്നലിൻ താരാട്ടിലലിയുമ്പോൾ
ഓർത്തില്ല തളിരിലയിൽ മൊട്ടിട്ടക്കനവുകൾ
കേട്ടില്ല പച്ചിലതൻ പരിഹാസ്യ ദൂഷണം.

തരുവിന്റെ ജീവനും ഓജസ്സുമായ്ക്കൊണ്ടു
വിരിയുന്ന പൂക്കൾക്ക് തുണയായ് നിലകൊണ്ട്
മെല്ലെപ്പുണർന്നെന്റെ തനുവിലഭയം തേടി
ഇഴയും പുഴുക്കൾക്ക് ഊണേകിയുണർവ്വേകി.

എന്റെയാ ബാല്യകൗമാരങ്ങൾ തീർത്തൊരാ
ശാഖിതൻ തണലിൽ തണുപ്പാസ്വദിക്കുവോർ
മഴയാർത്തു പെയ്യുമ്പോൾ ഉള്ളുവേവുന്നൊരു
അഗതികൾക്കിടനൽകി അവലംബമായതും.

കാലപ്രയാണത്തിൽ ശക്തി ക്ഷയിക്കവേ
ചർമ്മം ചുളിഞ്ഞമർന്നെന്റെ നിറം മങ്ങി
ഉന്തിനിൽക്കുന്നോരെൻ നാഡീ ഞരമ്പുകൾ
അന്ത്യകാലത്തിന്റെ മുന്നൊരുക്കം പോലെ.

ഇത്രനാൾ ആർജ്ജിച്ചൊരൂർജ്ജവും ഉണ്മയും
നഷ്ടമായ് ഞെട്ടറ്റു താഴെ വീഴുമ്പോഴും
ഉള്ളിൽതറച്ചുകൊണ്ടാപ്ത വാക്യം പോലെ
ചൊല്ലട്ടെ, നിങ്ങൾക്കുമീഗതിയനിവാര്യം.

•

മണ്ണിൻ തുടിപ്പാണ് കർഷകൻ

മണ്ണിൽപൊഴിക്കും വിയർപ്പിൻ കണങ്ങളാൽ
പാടം നനച്ചു പൊൻവിളകൊയ്യും കർഷകൻ
സ്വപ്നങ്ങൾ വഴിമുട്ടും വറുതിതൻ നാളതിൽ
കരിനിഴൽ വീഴ്ത്തും കടക്കെണിയിലുഴലുവോർ

മൃഷ്ടാന്നമുണ്ണുന്ന ജന്മികൾക്കറിയില്ല
ചേറിൽ കുരുക്കുന്ന ചെറുമന്റെ കനവുകൾ
കാലവർഷത്തിന്റെ കനിവിനായ് കാതോർത്തു
കണ്ണീർക്കയങ്ങളിൽ പിടയുന്ന ജീവിതം

മണ്ണിനെ പൊന്നാക്കി മഴയത്തും വെയിലത്തും
വ്യഥകളെ വിസ്മരിച്ചുഴുതുന്ന ജീവിതം
അടിയറവു പറയാൻ വിധിക്കപ്പെടുന്നവർ
വെറിപൂണ്ട മധ്യവർത്തികൾതൻ കുരുക്കിലായ്.

തീന്മേശയിൽ പാഴാക്കിയുന്തുന്നൊരാർഭാടം
അറിയണം കർഷകക്കുടിലിൻ വിയർപ്പുകൾ
വയർ പശിച്ചീടുമ്പോൾ തഴമ്പിച്ച കൈകളാൽ
മുണ്ടുമുറുക്കിയുടുത്തു പണി ചെയ്യുവോർ

നാളെതൻ പ്രതീക്ഷകൾ കർഷകർ, ജീവന്റെ
നിലനില്പിന്നാധാരമാകും തുടിപ്പുകൾ
പരിരക്ഷിച്ചാദരിച്ചീടേണം ചട്ടങ്ങളാൽ
ചൂഷക വർഗത്തിൻ നിഴൽപ്പാടതേൽക്കാതെ

•

കനവുകൾ നെയ്യുമ്പോൾ

ഉറക്കത്തിനും ഉണർവ്വിനുമിടയിൽ
മിഥ്യകൾ ചാലിച്ചൊരനുഭൂതി പോലെ
ജീവൽമരണത്തിൻ തേരിൻ തിരിച്ചിലിൽ
നെയ്തു നാം കൂട്ടുന്നു കനവുകളേറെയായ്

കാലം കുതിക്കുമ്പോൾ കൺകണ്ട സ്വപ്നങ്ങൾ
കടപുഴകി വീഴാതെയൂർജ്ജമായ് മാറണം
കഠിനപ്രയത്നത്തിൻ കയ്പുനീരുറ്റിച്ച്
കടലോളം സ്വപ്നങ്ങൾ പൂവണിയിക്കണം

കാത്തുനിൽക്കില്ലൊരു കരലാളനങ്ങളും
കനവുകൾ ഏകനായ് സ്വായത്തമാക്കണം
അനുഭവമാക്കിയെടുക്കണം മടിയാതെ
കൈവിട്ടുപോവുമവസരം നിത്യവും

സാദ്ധ്യതകൾ യാഥാർഥ്യമാക്കി ശീലിക്കണം
പാളിച്ചകൾ കണ്ട് നാം പാഠം പഠിക്കണം
തോൽവിക്കുമുന്നിൽ വശംവദരാവാതെ
സ്വപ്നങ്ങൾ ചിറകുവിരിച്ചു പറക്കണം

•

ഓർമ്മച്ചെപ്പ്

ഋതുക്കൾ വഴിമാറി കാലം കുതിക്കുമ്പോൾ
മറവിതൻ മാറാല നീക്കിയെന്നോർമ്മകൾ
പാലപ്പൂമണമൊഴുകും പാതിരാതെന്നലിൽ
പതിയെയെൻ ചിന്തകളെപ്പുണരുന്നു നിത്യവും.

ഇന്നിന്റെ രഥമുരുളും വഴികളിൽ കണ്ടു ഞാൻ
ഇന്നലെയുടെ കണ്ണുനീരുപ്പേറ്റ മൺതരികൾ
ഗതകാലസ്മരണകളുണർത്തുന്ന നീറ്റലിൽ
മാറോടു ചേർക്കുമെൻ മാതൃപിതൃ പുണ്യങ്ങൾ.

കലിതുള്ളിപെയ്യുമാ കാലവർഷത്തിന്റെ
കനിവിനായ് കാതോർത്ത വറുതിതൻ നാളുകൾ
അമ്മതൻ നെഞ്ചിലായ് അലറും കടലലകളെൻ
മിഴികളിൽ നോവിന്റെ തെളിനീരൊഴുക്കവേ.

ചുട്ടുപൊള്ളുന്നൊരാ വേനലിൽ വറ്റാത്തോ-
രിറ്റു വെള്ളത്തിനായ് കുന്നിറങ്ങുന്നതും
വെയിലേറ്റ് തളരും മരത്തിന്റെ തണലിലായ്
കൂട്ടുകാരൊത്തു പല സ്വപ്നങ്ങൾ നെയ്തതും.

അതിജീവനത്തിനായ് നഗരമണഞ്ഞപ്പോൾ
തീക്കനൽ വിരിച്ചിട്ടു ജീവിത സമസ്യകൾ
അനുഭവേ സ്വായത്തമാക്കിയ മനഃസ്ഥൈര്യം
പ്രതിദാനം നൽകിയൊരു ജീവനസ്മരണകൾ.

•

കലി

നിൻ കണ്ണിലെരിയുമീ അഗ്നിസ്പുലിംഗങ്ങൾ
ആരെത്തിരഞ്ഞുകൊണ്ടാർത്തലച്ചീടുന്നു?
പൊട്ടിച്ചിതറുമീ വിദ്വേഷ വിഷവിത്തി-
തേതു സാമ്രാജ്യം പിടിച്ചടക്കീടുവാൻ?

ക്രോധം നിനക്കൊന്നും നേടിത്തരില്ല, തവ
സ്വാസ്ഥ്യം കെടുത്തും നിദാനത്തിനപ്പുറം
മിഴികൾ ചുവക്കുമ്പോൾ നെറ്റി ചുളിക്കുമ്പോൾ
നാഡീഞരമ്പു വലിഞ്ഞു മുറുകുമ്പോൾ

നീ നിന്നെത്തന്നെ മറക്കുന്നു, രോഷത്തിൽ
ആടിയുലയുന്നു ബന്ധങ്ങൾ, മൈത്രികൾ
ക്രോധം സിരകളിൽ കത്തിപ്പടരുമ്പോൾ
കാട്ടാള ജന്മമായ് മാറും, അചിന്ത്യമായ്.

നോട്ടമില്ല പിന്നെ മുൻപിൻപതൊട്ടുമേ
കോട്ടങ്ങൾ കൊയ്യും രണഭൂവായ് നിന്നകം
അറിയാതെയുരുവിടും വാക്കുകൾ കർമ്മങ്ങൾ
കൈവിട്ടുപോയിടും ആയുധമെന്നപോൽ.

നെഞ്ചിൽ തറഞ്ഞുകിടക്കുമെക്കാലവും
കുത്തിയിറക്കിയോരമ്പിൻ മുനപോലെ
ആറ്റുപോം ബന്ധങ്ങൾ കൂട്ടിയിണക്കുവാൻ
ആവതില്ല, പ്രതിക്രിയ പിന്നപ്രാപ്യം.

നിമിഷനേരത്തിന്റെ കോപാഗ്നി തീർക്കുന്ന
നഷ്ടങ്ങൾ മുഴുജന്മം അനുഗമിച്ചീടാം.
സൗമ്യനായ് സമചിത്തത വെടിയാതെ നാം
തേടണം പരിഹാരമോരോ സ്ഥിതിയിലും.

•••

www.ingramcontent.com/pod-product-compliance
Lightning Source LLC
La Vergne TN
LVHW060150051026
849517LV00007B/2616